CÁC TÔNG PHÁI
ĐẠO PHẬT

CÁC TÔNG PHÁI ĐẠO PHẬT
ĐOÀN TRUNG CÒN - NGUYỄN MINH TIẾN
biên soạn

Bản quyền thuộc về soạn giả và Nhà xuất bản Liên Phật Hội (United Buddhist Publisher - UBP).

Copyright © 2019 by United Buddhist Publisher
ISBN-13: 978-1-0905-1703-6
ISBN-10: 1-0905-1703-3

© All rights reserved. No part of this book may be reproduced by any means without prior written permission from the publisher.

ĐOÀN TRUNG CÒN - NGUYỄN MINH TIẾN
biên soạn

CÁC TÔNG PHÁI ĐẠO PHẬT

UNITED BUDDHIST PUBLISHER
NHÀ XUẤT BẢN LIÊN PHẬT HỘI

LỜI NÓI ĐẦU

Đạo Phật từ khi đức Phật Tổ lập giáo đến nay, đã hơn hai ngàn năm trăm năm, vốn vẫn là một đạo duy nhất. Song hoàn cảnh xã hội và con người ở khắp trên hoàn cầu là khác nhau. Vì trên đường đời, nhân loại tiến hóa không giống nhau. Kẻ thông minh sáng suốt, người mê muội tối tăm; kẻ thong dong nhàn nhã, người vướng bận nhọc nhằn; kẻ đã từng học lý xem kinh, người vừa mới nghe văn tầm sách; có kẻ mới học mà thông, lại có người học suốt đời vẫn dốt...

Bởi thế cho nên các bậc hiền thánh đều tùy phương tiện mà độ thế, cứu người. Chính đức Phật tổ từ thuở xưa cũng đã làm như vậy. Tùy thuận nơi những người đến nghe trong pháp hội, ngài thuyết dạy giáo pháp phù hợp. Hoặc giảng rộng lý lẽ, hoặc dẫn chuyện tích xưa, hoặc bày ra giới luật. Có khi nói xa, có lúc nói gần, có khi chỉ thẳng, có lúc dùng ẩn dụ... Ngài dùng đủ cách như thế, cốt yếu cũng chỉ là muốn giúp cho chúng sanh đạt hiểu chân lý. Với hàng đệ tử xuất thân quí tộc nhưng dốc lòng tinh tấn, ngài dạy theo một cách. Với bậc vua quan còn tham đắm lợi danh, ngài lại dạy theo một cách khác. Với hàng thương gia rộng lòng bố thí, ngài dạy theo một cách. Với kẻ trung tín thành tâm, ngài lại dạy theo một cách khác hơn nữa. Cách sử dụng ngôn ngữ của ngài biến hóa rất tuyệt diệu, phi thường. Trong kinh vẫn thường nói có đến tám vạn bốn ngàn pháp môn, cũng không ngoài ý này.

Sau khi đức Phật nhập Niết-bàn, các vị đại đệ tử mới ghi chép lại những lời thuyết dạy của ngài thành ba tạng kinh điển. Đó là tạng Kinh, tạng Luật và tạng Luận. Trong đó có đủ các mức độ thuyết dạy cao thấp, nhanh chậm khác nhau. Nói khái quát trong ba tạng ấy, mỗi tạng đều có phần chủ đích riêng biệt, mà dung hợp với nhau cùng nhắm đến việc giúp người tu hành mau đạt đến chỗ giải thoát khổ não. Tạng Kinh giúp người hiểu rõ những lý lẽ, quy luật trong cuộc sống, mà quan trọng, nền tảng hơn hết là lý nhân quả, nhân duyên; từ những câu kinh rất đơn sơ giản lược, cho đến những bộ kinh đồ sộ rất cao siêu, thâm áo cũng đều có đủ. Tạng Luật giúp người kiềm chế tự thân, xa điều ác, gần điều thiện, cho đến được trong sạch cả thể xác lẫn tinh thần. Tạng Luận giải rõ những chỗ nghi ngờ ngăn trở trên đường tu tập, giúp người ta vững đức tin mà vượt qua khó khăn không nghi ngại. Dẫu là người tu ở trình độ nào, tu theo pháp môn gì, cũng không thể thiếu đi một trong ba yếu tố ấy.

Dần dần về sau, các bậc thánh hiền qua từng thời đại mới luận giải rộng thêm để dễ dàng hơn cho sự tiếp nhận của người đời. Kinh sách dù không thay đổi, nhưng nghĩa lý ngày càng diễn giải rộng thêm. Lại tùy theo sự khế hợp căn cơ mà phân ra làm Đại thừa và Tiểu thừa. Người thích hợp với giáo lý nào thì chọn theo tông phái ấy. Nói chung vẫn không ngoài mục đích thoát khổ, được vui.

Người tu dẫu theo Đại thừa hay Tiểu thừa, nếu đạt đến chỗ rốt ráo cũng đều được lợi mình, lợi người. Nhưng vì cũng có người không nắm được yếu chỉ tông môn, chấp giữ đến chỗ cực đoan nên sinh ra lầm lạc. Bởi vậy lại có thêm giáo lý Trung thừa để uốn nắn sai lầm này.

Đạo Phật, nói đơn giản, giống như một tấm bản đồ chỉ đường đi. Dù là cùng muốn đến một nơi, nhưng người ta có thể xem trong ấy mà chọn những lối đi khác nhau. Có đường rẽ về bên này, có đường rẽ sang bên nọ... nhưng tựu trung đều dẫn người ta về đến đích. Những con đường, những lối đi khác nhau đó chính là tượng trưng cho các tông phái khác nhau. Dù chia ra nhiều tông phái, chung quy cũng là để tiếp dẫn đưa người đến chỗ giải thoát rốt ráo mà thôi. Tùy nơi căn tánh của mỗi chúng sanh, ai thích hợp với lối tu nào, với tông phái nào, thì chọn theo tông phái ấy. Kết quả cũng đều là nhắm đến sự an lạc và giải thoát.

Muốn dễ hiểu hơn, ta hãy so sánh các tông phái của đạo Phật với những con đường đưa lên núi. Dầu theo con đường nào, lâu hay mau, khó hay dễ, đi thẳng hoặc đi vòng, cuối cùng cũng đều lên đến đỉnh cao của ngọn núi. Nghĩa là, dù tu theo tông phái nào mà dốc lòng, tận lực, thì cũng đều có thể đạt đến chỗ giải thoát rốt ráo cả.

Người ta cũng so sánh những tông phái với các thứ hoa. Tuy là nhiều hương thơm, lắm sắc đẹp, đều là mọc lên từ khu vườn đạo Phật. Các tông phái dù khác nhau cũng không ra ngoài đạo Phật. Tông phái nào cũng nhắm đến cảnh giới Niết-bàn, giải thoát. Dù là Tiểu thừa, Trung thừa hay Đại thừa, nếu người tu hết lòng chuyên cần thì chắc chắn sẽ gặt hái được kết quả tốt lành.

***

Dưới đây kể chung các tông trong ba thừa, rồi sẽ theo thứ tự mà trình bày riêng mỗi tông.

CÁC TÔNG PHÁI ĐẠO PHẬT

PHÂN CHIA	TÊN GỌI
TIỂU THỪA	1. Câu-xá tông (Kusha-shū) 2. Thành thật tông (Jōjitsu-shū) 3. Luật tông (Ritsu-shū)
TRUNG THỪA	4. Pháp tướng tông (*Hossō-shū*) 5. Tam luận tông (*Sanron-shū*)
ĐẠI THỪA	6. Hoa nghiêm tông (Kegon-shū) 7. Thiên Thai tông (Tendai-shū) 8. Chân ngôn tông (Shingon-shū) 9. Thiền tông (Zen-shū) 10. Tịnh độ tông (Zodo-shū)

1
CÂU-XÁ TÔNG
俱 舍 宗
(Kusha-shū)

Khai tổ: Bồ Tát Thế Thân[1] khởi đầu ở Ấn Độ và Huyền Trang ở Trung Hoa vào khoảng năm 654.

Tchitsu và *Tchitasu* truyền sang Nhật năm 658.

Giáo lý căn bản: Bộ luận *A-tỳ-đạt-ma Câu-xá*[2]

Tông chỉ: Không có bản ngã, tất cả hiện tượng chỉ là hư dối, là sự hợp thành của các pháp mà thôi.

LỊCH SỬ

Tông Câu-xá ngày nay không còn, mặc dù trước kia, tông ấy đã có một thời hưng thịnh với rất nhiều người tu tập theo. Tuy nhiên, ảnh hưởng sâu sắc của tông này cho đến nay vẫn còn rất rõ rệt trong Phật giáo.

Tên gọi *Câu-xá* của tông này vốn được phiên âm từ tiếng Phạn là **Kośa**, có nghĩa là *"kho báu"*. Đây cũng là tên gọi một bộ luận nổi tiếng của Bồ Tát *Thế Thân*. Tên tiếng Phạn của bộ luận này là *Abhidharmakośa-śāstra*, phiên âm là *A-tỳ-đạt-ma Câu-xá luận*, và là giáo lý căn bản của *Câu-xá tông*.

Bồ Tát *Thế Thân* sinh năm 316 và mất năm 396, sống

---

[1] Tiếng Phạn là Vasubandhu, dịch âm là Bà-tẩu-bàn-đậu, dịch nghĩa là Thế Thân, cũng còn gọi là Thiên Thân.

[2] Tiếng Phạn là **Abhidharmakośa-śāstra**.

gần trọn thế kỷ 4.¹ Ngài là người được y bát chân truyền, làm Tổ sư đời thứ 21 của Thiền tông Ấn Độ. Ngài là em ruột của Bồ Tát *Vô Trước*, người đã sáng lập ra *Duy thức tông*. *Câu-xá tông* là một tông thuộc *Tiểu thừa*, trong khi đó *Duy thức tông*² là một tông *Đại thừa*. Ban đầu, ngài *Thế Thân* học theo giáo lý *Tiểu thừa*, thuộc Nhất thiết hữu bộ, là một trong 18 bộ phái *Tiểu thừa* đầu tiên của Ấn Độ đã phân chia sau khi Phật nhập diệt khoảng gần 200 năm. Ngài học tinh thông giáo lý của bộ phái này, nghiên cứu sâu bộ *Đại Tỳ-bà-sa luận*.³ Sau ngài lại học thêm giáo lý của *Kinh lượng bộ*,⁴ cũng là một bộ phái lớn. Ngài thấy có những điểm không hài lòng với giáo lý của các bộ phái này, mới soạn ra bộ *A-tỳ-đạt-ma Câu-xá luận* là một sự tổng hợp rất công phu từ bộ *Đại Tỳ-bà-sa luận* và giáo lý của *Kinh lượng bộ*. Vì dựa vào *Đại Tỳ-bà-sa luận*, nên bộ luận của ngài đôi khi cũng được xếp vào *Nhất thiết hữu bộ*, nhưng thật ra nội dung luận này đã hình thành nên một tông chỉ mới. Vì thế mà *Câu-xá tông* ra đời.⁵

---

[1] Thật ra, về mặt sử liệu chính thức, chúng ta không có cơ sở để xác định chính xác niên đại của Bồ Tát Thế Thân. Con số đưa ra ở đây chỉ là sự phỏng đoán của một số người. Niên đại của ngài được nhiều sử gia tán thành nhất là trong khoảng 320 đến 380, nhưng không thể xác định chắc chắn.

[2] Duy thức tông khi được ngài Huyền Trang xiển dương ở Trung Hoa lấy tên là Pháp tướng tông.

[3] Tiếng Phạn là **Mahāvibhāsha**: Bộ luận này gồm 200 quyển, đã được ngài Huyền Trang dịch sang Hán văn.

[4] Tiếng Phạn là **Vibhajyavāda**

[5] Về Bồ Tát Thế Thân, hay nói chính xác hơn theo tên trong nguyên ngữ Phạn văn là Vasubandhu, học giả Đoàn Trung Còn đã có sự nhầm lẫn tương tự như rất nhiều người trước ông. Theo những nghiên cứu gần đây, người ta nghi ngờ là ít nhất cũng có đến 2 vị cùng mang tên này, đều là những vị cao tăng lỗi lạc. Một người là Tổ thứ 21 của Thiền tông, đệ tử nối pháp của ngài Xà-dạ-đa (闍夜多 - Śayata). Người thứ hai là tác giả của rất nhiều bộ luận Đại thừa, và bộ Câu-xá luận nổi tiếng được nhắc đến ở đây. Tuy nhiên, một số công trình nghiên cứu vừa công bố gần đây (E. Frauwallner - On the Date of the Buddhist Master of Law Vasubandhu, Serie Orientale Roma III, 1951) thì tác giả Câu-xá luận và tác giả của các bộ luận Đại thừa lại là 2 người khác nhau.

Bộ luận *A-tỳ-đạt-ma Câu-xá* phân ra làm 9 phẩm, được người đương thời mệnh danh là *Huệ luận*, hay *Thông minh luận*, để tỏ ý ca tụng sự uyên bác, trí huệ được hàm chứa trong đó. Chín phẩm này đề cập đến và phân tích rõ chín vấn đề căn bản khác nhau, có thể lược kể ra như sau:

1. *Giới phẩm*, nói về cái thể của giới pháp.
2. *Căn phẩm*, nói về cái dụng của các pháp.
3. *Thế gian phẩm*, nói về các thế giới, với sáu đường thác sanh trong luân hồi: cõi trời, cõi người, cõi *a-tu-la*, cõi địa ngục, ngạ quỷ và súc sanh.
4. Nghiệp phẩm, luận về các nghiệp thiện ác.
5. *Tùy miên phẩm*, nói về *tùy miên*, tức là khuynh hướng sa vào các điều ngăn trở việc tu đạo. Có 7 pháp *tùy miên* là: *tham dục, sân hận, nghi ngờ, kiêu mạn, chấp hữu* và *si mê*.
6. *Hiền thánh phẩm*, nói về các bậc hiền thánh.
7. *Trí phẩm*, nói về 10 loại trí tuệ.
8. *Định phẩm*, nói về tâm an định.
9. *Phá ngã phẩm*, nói về thật tướng vô ngã vì tất cả các pháp đều giả hợp, hư dối. Đây là phẩm cuối cùng, tổng kết toàn bộ luận thuyết để nêu lên tông chỉ.

Các phẩm 3, 4 và 5 đều luận về pháp *hữu lậu*. Trong đó, phẩm thứ 3 là *quả hữu lậu* (thác sanh trong 6 nẻo), và hai phẩm 4, 5 là *nhân hữu lậu* (tạo ra các nghiệp thiện ác).

Các phẩm 6, 7 và 8 luận về pháp *vô lậu*. Trong đó, phẩm thứ 6 là *quả vô lậu* (chứng đắc các quả vị hiền thánh), và 2 phẩm 7, 8 là *nhân vô lậu* (tu tập trí huệ và định lực).

Qua phân tích như trên, có thể thấy bộ luận *A-tỳ-đạt-ma Câu-xá* nhằm hiển bày giáo lý *vô ngã*, trên cơ sở tất cả

Và nếu như vậy thì chúng ta có đến 3 vị Thế Thân.

các pháp đều giả hợp, không có thật, chỉ hiện hữu nhất thời và không chân thật. Trong các pháp lại chia làm hai là pháp *hữu lậu* và pháp *vô lậu*.

Về mặt hình thức, bộ luận cũng được trình bày thành hai phần. Phần thứ nhất gọi là *A-tỳ-đạt-ma Câu-xá luận tụng*,[1] gồm khoảng 600 bài kệ tụng. Phần thứ nhất gọi là *A-tỳ-đạt-ma Câu-xá luận thích*,[2] là phần bình giải về 600 bài kệ tụng đó.

Năm 563, vào đời Trần, ngài *Chân Đế*,[3] một cao tăng Ấn Độ sang Trung Hoa có dịch sang chữ Hán với tên là *A-tỳ-đạt-ma Câu-xá thích luận*, gồm 22 quyển.[4] Năm 654, vào đời Đường, ngài Huyền Trang lại dịch với tên là *A-tỳ-đạt-ma Câu-xá luận*, gồm 30 quyển.[5] Chính qua 2 dịch phẩm này mà *Câu-xá tông* được truyền bá ở Trung Hoa. Mặc dù khá ngắn ngủi, chỉ tồn tại trong đời nhà Đường, nhưng tông phái này đã để lại ảnh hưởng khá nhiều trong các tông phái khác, nhất là giáo lý *vô ngã* đã trở thành nền tảng trong giáo lý chung, nên những cơ sở lý luận của bộ luận này được rất nhiều vị luận sư sử dụng để biện giải cho lý thuyết của tông phái mình.

Cũng trong thế kỷ thứ 7, hai cao tăng Nhật Bản là *Tchitsu* và *Tchitasu* sang Trung Hoa cầu học với ngài Huyền Trang. Năm 658, hai vị này về nước và truyền bá giáo lý *Câu-xá tông* tại nước Nhật, với tên gọi là *Kusha-shū*. Ngày nay, tông *Câu-xá* cũng không còn ở Nhật. Nhưng giáo lý của tông này vẫn được đưa vào giảng dạy trong các trường Phật học và trong các tự viện. Về mặt văn chương, bộ *A-tỳ-đạt-ma Câu-*

---

[1] Tiếng Phạn là Abhidharmakośa-kārikā
[2] Tiếng Phạn là Abhidharmakośa-bhāṣyā
[3] Tiếng Phạn là Paramātha
[4] Đại Tạng Kinh, quyển 29, trang 161
[5] Đại Tạng Kinh, quyển 29, trang 1

xá luận cũng vẫn được xem là một tác phẩm luận giải nổi tiếng trong văn học Phật giáo.

HỌC THUYẾT

Đúng như tên gọi với ý nghĩa là một *"kho báu"*, bộ luận *A-tỳ-đạt-ma Câu-xá* quả đúng là một kho báu vô giá về mặt tinh thần. Những ai đã có được nó, tất sẽ không còn tham đắm vào những thứ gọi là báu vật của thế tục nữa. Người hiểu rõ được giáo lý *Câu-xá tông* sẽ nhận ra được chính thân xác của mình cũng là hư dối, giả hợp, nên chẳng đáng để mê đắm, chiều lụy theo nó. Khi hiểu thấu được về bản ngã, người ta sẽ tỉnh ngộ, không còn mê lầm trong những giả dối của cuộc đời, không còn đau khổ, phiền lụy, than tiếc gì nữa. Bấy giờ, dầu cho ở đời có gặp bao nhiêu sự thành bại đi nữa, cũng có thể đạt đến sự an nhiên tự tại. Giàu không tham, nghèo không sợ, hoạn nạn không dễ làm cho nao núng trong lòng. Tâm trí đạt đến chỗ giải thoát, như bông hoa tự nhiên hé nở, khoe sắc tỏa hương mà không chút ô nhiễm bởi bụi trần bao quanh.

Triết học *Câu-xá tông* cho rằng các *pháp* (dharma) là yếu tố chính của mọi sự hiện hữu. Việc thừa nhận sự tồn tại của các pháp cũng là theo với giáo lý của *Nhất thiết hữu bộ* trước đây. Tuy nhiên, *Câu-xá luận* thừa nhận sự tồn tại của các pháp mà không nhận sự chân thật của các tướng do chúng tạo ra, bởi các tướng đó đều vô thường, luôn luôn biến chuyển và hoại diệt. Từ nhận thức đó, không thể nào tìm được một bản ngã chân thật trong các pháp, vì ngay chính thân xác này cũng chỉ là giả hợp, vô thường. Người ta sở dĩ không ngừng tạo ra các nghiệp thiện ác trôi lăn trong luân hồi chỉ là vì mê chấp vào sự hiện hữu của các pháp, trong khi chúng chỉ là hư dối.

Như một vầng sáng đom đóm trong đêm tối, có thể ví như cái gọi là *"bản ngã"*. Vầng sáng ấy thật ra là gì? Ấy là một đoàn đom đóm tụ lại, nếu tách ra thì không còn vầng sáng ấy nữa. Song người ta nhìn thấy được nó như một vật thể rõ ràng, nên gọi là *"vầng đom đóm"*. Nhưng chỉ là tên gọi, sự giả hợp mà thôi, không có sự chân thật trong đó. Lại cũng như một bầy ong làm tổ trên cây. Tụ họp lại đầy đủ thì gọi là tổ ong, nhưng tách ra thì từng yếu tố đều không phải là tổ ong! Cũng như thế, thân thể và trí óc được hợp lại bởi nhiều yếu tố, và được nhận lầm cho là *"bản ngã"*, mà kỳ thật chỉ là sự giả hợp. Khi sự kết hợp không còn nữa thì cái gọi là *"bản ngã"* ấy cũng chẳng còn.

Trong kinh *Na-tiên Tỳ-kheo*, có một đoạn đối thoại giữa tỳ-kheo *Na-tiên* với vua *Di-lan-đà* về bản ngã, thể hiện khá rõ ý nghĩa này:

Na-tiên hỏi vua rằng: "Đại vương gọi tên chiếc xe, thật ra đâu mới là xe? Cái trục xe là xe chăng?"

Vua đáp: "Trục xe chẳng phải là xe."

Na-tiên hỏi: "Vậy vành bánh xe là xe chăng?"

Vua đáp: "Vành bánh xe cũng chẳng phải là xe?"

Na-tiên lại hỏi: "Vậy nan bánh xe là xe chăng?"

Vua đáp: "Nan bánh xe chẳng phải là xe."

Na-tiên hỏi: "Vậy bánh xe là xe chăng?"

Vua đáp: "Bánh xe cũng chẳng phải là xe."[1]

Na-tiên hỏi: "Vậy càng xe là xe chăng?"

Vua đáp: "Càng xe chẳng phải là xe."

Na-tiên hỏi: "Vậy cái ách[2] *có phải là xe chăng?"*

---

[1] Từ các bộ phận của bánh xe rồi đến cả bánh xe, và cứ tiếp tục như thế. Cũng tương tự như cách hỏi của vua, đại đức Na-tiên đưa ra từng chi tiết rồi quy kết dần đến tổng thể.

[2] Ách: phần nối giữa hai thanh càng xe để bò hoặc ngựa tỳ vào đó mà kéo xe đi.

Vua đáp: "Ách chẳng phải là xe."

Na-tiên lại hỏi: "Chỗ ngồi có phải là xe chăng?"

Vua đáp: "Chỗ ngồi chẳng phải là xe."

Na-tiên hỏi tiếp: "Chỗ gác chân có phải là xe chăng?"

Vua đáp: "Chỗ gác chân chẳng phải là xe."

Na-tiên hỏi: "Vậy mui xe là xe chăng?"

Vua đáp: "Mui xe chẳng phải là xe."

Na-tiên lại hỏi: "Vậy hợp đủ tất cả các món ấy lại là xe chăng?"

Vua đáp: "Dù hợp đủ tất cả các món ấy lại cũng không phải là xe."[1]

Na-tiên hỏi: "Giả sử như không hợp tất cả các món ấy lại, vậy là xe chăng?"

Vua đáp: "Không hợp các món ấy lại, cũng không phải là xe."[2]

Na-tiên hỏi: "Vậy âm thanh phát ra là xe đó chăng?"[3]

Vua đáp: "Âm thanh cũng chẳng phải là xe."

Na-tiên liền hỏi: "Nói như vậy thì thật ra đâu mới là xe?"

Vua lặng thinh không đáp được.

Đại đức Na-tiên bấy giờ mới thong thả nói: "Kinh Phật dạy rằng, nếu hợp tất cả các yếu tố ấy lại mà làm xe,[4] người ta sẽ có cái vật được gọi là xe. Con người cũng vậy. Như hòa hợp tất cả các yếu tố đầu, mặt, tai, mũi, lưỡi, cổ, gáy, vai, tay

---

[1] Vì ở đây còn thiếu yếu tố liên kết. Dù có đủ các bộ phận nhưng phải được liên kết đúng theo một phương thức nhất định mới có thể hình thành nên thực thể được gọi là "xe". Nếu không, đó chỉ là một đống vật liệu.

[2] Tuy ví dụ ngài Na-tiên đưa ra không hoàn toàn tương ứng với vấn đề con người, nhưng lại hoàn toàn chính xác trong việc làm rõ khái niệm "tên gọi".

[3] Cũng như cách hỏi của vua, đến đây đại đức Na-tiên đưa ra yếu tố cuối cùng cho chúng ta thấy sự hiện hữu của cái gọi là "xe".

[4] Tức là kết hợp theo đúng phương thức nhất định.

chân, xương, thịt, nội tạng, nhan sắc, âm thanh, tiếng vọng, hơi thở ra vào, cảm thọ khổ vui, phân biệt thiện ác... sẽ hình thành một thực thể được gọi là con người.[1]

Cũng như thế, giáo lý *Câu-xá tông* dạy rằng không có con người thật sự và không có cái gọi là cuộc đời. Tất cả chỉ là sự giả hợp của các pháp, và tông này chia tất cả ra làm bảy mươi lăm pháp, cùng giả hiệp thành ra những hình tượng, sự kiện mà ta gọi là con người, là cuộc đời.

Vì thế không nên chấp lấy tên gọi, vì chúng chỉ là những khái niệm để chỉ vào sự hiện hữu tạm thời của sự vật. Không thể tìm thấy bản chất chân thật, trường tồn trong những tên gọi của sự vật.

Mặt khác, cái *"bản ngã"* giả hợp lại chính là cội nguồn của mọi sự đau khổ. Vì người ta chấp lấy cái giả hợp ấy mà cho là chân thật, mà sanh khởi nên sự tham đắm, tranh giành lẫn nhau từ lúc sinh ra cho đến khi nhắm mắt, tạo tác không biết bao nhiêu là ác nghiệp chất chồng... Nếu hiểu ra được cái *"bản ngã"* ấy là không chân thật, thì con người không còn bị lôi kéo bởi tham dục, ái luyến, cũng không chấp lấy sự được mất, hơn thua... Và từ đó dễ dàng an tịnh nội tâm và đạt đến sự an lạc, giải thoát. Ngay cả khi đối mặt với đau khổ thì cũng nhận chân được sự đau khổ ấy vốn chỉ là giả hợp không thật có, nên tâm ý vẫn thản nhiên an định mà không hề bị chi phối.

Các pháp hợp thành *"bản ngã"* được phân chia ra khá chi tiết trong *A-tỳ-đạt-ma Câu-xá luận*. Tất cả là bảy mươi lăm pháp. Trong đó, có bảy mươi hai pháp thuộc về *hữu vi* và ba pháp được xem là thuộc về *vô vi*.

---

[1] Qua ví dụ này, đại đức Na-tiên đã giúp vua phân biệt được giữa "tên gọi" vốn chỉ là một khái niệm, với thực thể sự vật được gọi tên. Đây là một bước khởi đầu rất quan trọng, vì nếu không đạt được sự phân biệt này, con người sẽ mãi mãi bị trói buộc trong các khái niệm danh xưng mà không bao giờ đạt được đến sự cảm nhận chân thật về thực thể.

Bảy mươi hai pháp hữu vi được chia làm 4 nhóm là:
- 11 pháp thuộc *sắc* (rupas)
- 1 pháp thuộc về *thức*
- 46 pháp thuộc về *tâm sở*
- 14 pháp không thuộc tâm cũng không thuộc vật

Ba pháp vô vi là:
- *Trạch diệt* (Pratisamdikhyā-nirodha)
- *Phi trạch diệt* (Apratisamkhyā-nirodha)
- *Hư không* (Ākāśa)

Trong các pháp được kể ra, lại hàm chứa cả nhân, duyên và kết quả. Khi nắm vững được những điều này, người tu tập có thể tự mình tìm thấy phương cách thích hợp để đạt đến sự giải thoát rốt ráo.

2

THÀNH THẬT TÔNG
成實宗
(Jōjitsu-shū)

Khai tổ: *Ha-lê-bạt-ma*[1] ở Ấn Độ, thế kỷ 4.

Cưu-ma-la-thập[2] truyền sang Trung Hoa vào thế kỷ 5.

Huệ Quán[3] và *Khuyến Lặc*[4] ở Nhật Bản vào thế kỷ 7.

Giáo lý căn bản: *Thành thật luận*[5] của ngài *Ha-lê-bạt-ma* vào thế kỷ 4.

Tông chỉ: Tất cả tâm thức và đối tượng của tâm thức đều là trống rỗng. Ngã và pháp đều là không. Bản ngã vốn không thật, mà các pháp tạo thành nó cũng đều là hư dối.

LỊCH SỬ

Cũng như Câu-xá tông, Thành thật tông ngày nay không còn, nhưng giáo lý chính là bộ Thành thật luận vẫn còn lưu hành và được nhiều người học Phật để tâm nghiên cứu. Bộ luận này đã được đưa vào Đại tạng kinh,[6] do ngài Ha-lê-bạt-ma soạn vào khoảng thế kỷ thứ tư bằng chữ Phạn. Qua đầu thế kỷ thứ năm thì được ngài Cưu-ma-la-thập, một cao tăng Ấn Độ sang truyền pháp ở Trường An, Trung Hoa, dịch sang

---

[1] Tiếng Phạn là Harivarman
[2] Tiếng Phạn là **Kumārajīva**
[3] Tiếng Nhật là **Ekwan**
[4] Tiếng Nhật là **Kwanroku**
[5] Tiếng Phạn là **Satyasiddhiśāstra**
[6] Quyển 32, kinh số 1646, trang 239.

chữ Hán. Từ đó, bộ luận này trở thành một tác phẩm giá trị được lưu hành dần dần khắp miền Viễn Đông. Căn cứ vào giáo lý trong bộ luận này, Thành thật tông ra đời.

Ngài *Ha-lê-bạt-ma* là người Ấn Độ, đệ tử của ngài *Cưu-ma-đa-la*,[1] thuộc Nhất thiết hữu bộ.[2] Tên chữ Phạn của ngài là *Harivarman*, Hán dịch nghĩa là *Sư Tử Khải*, dịch theo âm là *Ha-lê-bạt-ma*. Ngài sinh trong một gia đình *Bà-la-môn*, lớn lên bắt đầu học theo ngoại đạo, nhưng sau nhận ra sự sai lầm nên từ bỏ và theo học với ngài *Cưu-ma-la-đa*. Chẳng bao lâu, ngài nhận ra quan điểm giáo lý của mình không phù hợp với giáo lý truyền thống của *Nhất thiết hữu bộ*, nên ngài từ bỏ luôn bộ phái này và tự mình nghiên cứu kinh điển *Tiểu thừa*. Ngài học tinh thông giáo lý *Tiểu thừa*, nhưng vẫn thấy chưa hoàn toàn thỏa mãn, nên về sau ngài đến thành *Hoa Thị*[3] tiếp tục học giáo lý *Đại thừa* với các vị tăng thuộc *Đại chúng bộ*.[4] Chính trong thời gian này ngài soạn ra bộ *Thành thật luận*, phát triển tư tưởng về *tánh không* theo nhận thức của mình.

Bộ *Thành thật luận* gồm 16 quyển, 202 chương. Sau đó được ngài *Cưu-ma-la-thập* dịch sang chữ Hán, lại được các đệ tử của ngài truyền dạy khắp Trung Hoa. Trong số đó nổi bật nhất là 2 vị Tăng Đạo và Tăng Khải, có thể xem là những người có công làm cho *Thành thật tông* trở nên hưng thịnh.

Ngài *Cưu-ma-la-thập* là khai tổ của *Thành thật tông* tại Trung Hoa, vì ngài là người đầu tiên dịch và giảng giải giáo lý chính của tông này. Ngài là người xứ *Quy Tư (Kucha)* thuộc vùng Tân Cương ngày nay, sinh năm 344, xuất thân trong một gia đình quý tộc. Cha ngài là người Ấn Độ đến sinh sống

---

[1] Tiếng Phạn là Kumarilabhata

[2] Tiếng Phạn là Sarvāstivāda

[3] Tiếng Phạn là Pāṭaliputra

[4] Tiếng Phạn là Mahāsāṅghika

ở Dao Tần. Tên Phạn ngữ của ngài là *Kumārajīva*, Hán dịch nghĩa là Đồng Thọ, dịch âm là *Cưu-ma-la-thập*. Ngài được tôn xưng là một trong bốn đại dịch giả hàng đầu của Trung Hoa trong việc phiên dịch kinh điển sang Hán ngữ.[1] Cha mẹ ngài lần lượt xuất gia tu học, đều là các bậc đạo hạnh.

Từ nhỏ ngài đã có tư chất thông minh, năm ngài lên 7 tuổi cũng theo mẹ học đạo, rồi sang du học Ấn Độ, tham học với hầu hết các bậc danh túc. Sau khi đi khắp xứ Ấn Độ, ngài lại trở về nước cũ, được vua Quy Tư bái kính tôn làm thầy. Năm 383, vua Tiền Tần là Phù Kiên nghe danh ngài nên sai Lã Quang mang quân sang đánh Quy Tư để đón ngài về. Lã Quang thắng trận, đón được ngài *Cưu-ma-la-thập*, nhưng về giữa đường, Quang nghe nhà Tiền Tần đã mất, Hậu Tần lên thay, liền không về nữa mà đóng quân lại ở Lương Châu, tự lên ngôi vua, lập ra nhà Lương. Ngài *Cưu-ma-la-thập* cũng bị giữ ở đó trong khoảng 17 năm.

Về sau, vua Hậu Tần là Diêu Hưng sai Diêu Thạc Đức mang quân đánh dẹp nhà Lương, dùng lễ quốc sư mà thỉnh ngài về Trường An vào khoảng năm 401, nhằm vào niên hiệu Long An thứ 5 triều Đông Tấn. Vua hết sức tôn kính, phong ngài làm quốc sư, thỉnh ở tại vườn Tiêu Dao và hỗ trợ mọi điều kiện cho ngài chủ trì việc phiên dịch kinh điển tại kinh đô, cùng với các ngài Tăng Triệu, Tăng Nghiêm...

Kể từ tháng 4 niên hiệu Hoằng Thủy thứ 5 nhà Hậu Tần (403), ngài bắt đầu dịch các bộ *Trung luận*, *Bách luận* và *Thập nhị môn luận*, gọi chung là *Tam luận*, sau là giáo lý căn bản của *Tam luận tông*. Ngài thông thạo cả hai ngôn ngữ

---

[1] Về bốn đại dịch giả, hiện có hai quan điểm hơi khác nhau. Một cho rằng bốn vị này là Cưu-ma-la-thập, Chân Đế, Huyền Trang và Bất Không; một quan điểm khác cho rằng đó là Cưu-ma-la-thập, Chân Đế, Huyền Trang và Nghĩa Tịnh. Theo quan điểm nào thì ngài Cưu-ma-la-thập cũng đều được xếp ở hàng đầu.

Phạn, Hán, lại được sự trợ giúp của rất nhiều vị cao tăng uyên bác, nên kinh điển chẳng những dịch được rất nhiều mà còn có độ chính xác cao so với nguyên tác. Hơn thế nữa, nhờ sự am hiểu nên ngài cũng mạnh dạn diễn đạt một cách uyển chuyển trong bản dịch để đạt được sự rõ ràng dễ hiểu mà vẫn không sai lệch nguyên bản.

Tương truyền ngài có phương pháp dịch kinh rất khác biệt với nhiều người khác. Thay vì đối chiếu song song hai ngôn ngữ để dịch, ngài tổ chức giảng nghĩa kinh 2 lần bằng tiếng Trung Hoa cho những người tham gia phiên dịch nghe. Sau đó, họ thảo luận với nhau và ghi chép lại bằng Hán ngữ. Cuối cùng, ngài đối chiếu bản ghi chữ Hán của họ với nguyên bản chữ Phạn và sửa chữa, điều chỉnh thành bản dịch cuối cùng.

Ngài mất năm 413, sau 12 năm dồn hết tâm lực vào việc phiên dịch kinh điển. Cũng có thuyết khác cho rằng ngài sinh năm 350 và mất năm 409.

Thành thật tông phát triển rất mạnh ở Trung Hoa trong khoảng thế kỷ 6 - 7, và tồn tại mãi cho đến thế kỷ 10, tức là vào các triều đại nhà Tùy và nhà Đường. Trong thời gian về sau, *Thành thật tông* chịu sự công kích rất mạnh mẽ của những người theo *Tam luận tông*, cho rằng họ đã hiểu sai về ý nghĩa của *tánh không*. Vì thế, tông này suy yếu dần và cuối cùng mất hẳn.

Vào cuối thế kỷ 6, thuộc thời đại *Bạch Phụng*[1] ở Nhật Bản, có ngài *Thánh Đức Thái Tử*[2] ra đời. Ngài là con vua *Vĩnh Mê*,[3] học đạo Phật với các vị cao tăng Triều Tiên sang du hóa ở Nhật, và chính ngài đã góp phần phát triển nhiều khuynh hướng giáo lý rất sớm tại Nhật. Ngài đã trước tác

---

[1] Tiếng Nhật là **Hakubō**

[2] Tiếng Nhật là **Shōtoku Taishi** (572 - 621)

[3] Tiếng Nhật là **Yōmei**

các bản chú giải cho kinh *Thắng Man*,[1] kinh *Pháp Hoa*, kinh *Duy-ma-cật*[2]...

Về sau, ngài có gửi nhiều phái bộ sang Trung Hoa để mang thêm kinh điển về Nhật Bản. Ngài cũng xây dựng rất nhiều tự viện, trong đó có chùa Tây Thiên Vương,[3] chùa Trung Cung,[4] chùa Quất,[5] chùa Trì Cửu,[6] chùa Quế Mộc.[7] Thái tử đã thỉnh vào triều 2 vị cao tăng Triều Tiên là *Huệ Quán* và *Khuyến Lặc*. Hai vị này đến Nhật Bản vào năm 625, tinh thông giáo lý *Thành thật tông*, nên nhân khi thuyết giảng cho thái tử nghe, các ngài cũng truyền dạy giáo lý *Thành thật tông* ra khắp nơi. *Thành thật tông* hình thành và phát triển rất mạnh ở Nhật trong thế kỷ thứ bảy, xem 2 vị *Huệ Quán* và *Khuyến Lặc* là *khai tổ*. Tuy nhiên, tông này về sau ở Nhật cũng không còn tồn tại nữa.

Do sự tương đồng một phần về giáo lý, nên nhiều người cho rằng *Thành thật tông* không phải là một tông phái độc lập, mà chỉ là một phần của *Tam luận tông*. Mặt khác, cho dù là xuất phát từ *Kinh lượng bộ* là một trong 18 bộ *Tiểu thừa* của Ấn Độ, nhưng việc nhấn mạnh về *tánh không* của vạn pháp cũng như tâm thể của giáo lý tông này đã tiến rất gần đến giáo lý *Đại thừa*, nên nhiều người cho rằng đây là một tông thuộc *Đại thừa*.

HỌC THUYẾT

Giáo lý *Thành thật tông* cũng có vẻ gần giống với *Câu-xá*

---

[1] Tiếng Phạn là Śrīmālā-sūtra

[2] Tiếng Phạn là Vimalakīrti-nirdeśa-sūtra

[3] Tiếng Nhật là Shitennō-ji

[4] Tiếng Nhật là Chūgū-ji

[5] Tiếng Nhật là Tachibana-dera

[6] Tiếng Nhật là Ikejiri-dera

[7] Tiếng Nhật là Katsuragi-dera

tông, vì sự phủ nhận bản ngã là không thật. Tuy nhiên, nếu như *Câu-xá tông* thừa nhận sự hiện hữu tạm thời của các pháp, thì *Thành thật tông* lại phủ nhận tất cả. Do đặc điểm này, nên một số người cũng gọi tên tông này là *Nhất thiết không*.

Giáo lý *Thành thật tông* lại cũng có vẻ gần giống với *Tam luận tông*. Tuy nhiên, những người theo *Tam luận tông* diễn giải *tánh không* khác với *Thành thật tông*, và cho rằng *Thành thật tông* đã hiểu sai về *tánh không*. Nhưng sự tương đồng này cũng giải thích lý do vì sao ngài *Huệ Quán* cũng được xem là Khai tổ *Tam luận tông* ở Nhật Bản.

Sự khác biệt giữa *Thành thật tông* và *Tam luận tông* được làm rõ qua sự thuyết giảng của ngài *Pháp Lãng*, người đã hiển dương giáo lý *Tam luận tông* và công kích mạnh mẽ các nhược điểm của *Thành thật tông*. Cùng với *Pháp Lãng* là ngài *Cát Tạng*, thầy của *Huệ Quán*, cũng là người công kích *Thành thật tông*. Sự phê phán của hai luận sư danh tiếng này đã làm cho *Thành thật tông* suy yếu dần và đi vào quên lãng.

Thành thật tông được xem là một tông *Tiểu thừa*, vì sự chuyên tâm nghiên cứu những lời dạy của Phật ghi trong các kinh văn nguyên thủy *Tiểu thừa*. Tông chỉ chính của tông này là phủ nhận mọi sự hiện hữu. Tông này cho rằng cả tâm thức và vật chất đều không thực sự hiện hữu.

Giáo lý *Thành thật tông* cho rằng có hai loại chân lý là *chân lý thế gian* và *chân lý tuyệt đối*. *Chân lý thế gian* là những sự thật có tính cách quy ước. Theo đó, sự hiện hữu của các pháp được thừa nhận trong ý nghĩa phụ thuộc lẫn nhau, biến đổi vô thường và chịu sự hoại diệt. *Chân lý tuyệt đối* là sự thật rốt ráo, cuối cùng, mà theo đó thì hết thảy mọi pháp đều là trống rỗng, không không. Như vậy, *Thành thật tông* xem cả bản ngã lẫn các pháp đều là không thật.[1]

---

[1] Nguyên văn chữ Hán: Nhân pháp giai không (人法皆空).

Sự nhấn mạnh về *tánh không* làm cho tông này có vẻ như gần giống với một tông *Đại thừa*. Tuy nhiên, sự khác biệt ở đây là các tông *Đại thừa* nói về một *tánh không diệu hữu*, làm nền tảng sinh khởi các pháp, trong khi *Thành thật tông* thì lại phủ nhận tất cả. Chính khác biệt này làm cho *Thành thật tông* vướng mắc vào sự *phủ định*, xa rời hẳn quan điểm của *Tam luận tông*.

Nội dung bộ *Thành thật luận* giảng giải rất rõ về tính chất không thật của *"bản ngã"* và các pháp hợp thành *năm uẩn*. Khi nhận rằng các pháp là có, thì *Câu-xá tông* đồng thời cũng phải thừa nhận sự hiện hữu của chúng trong thời gian: quá khứ, hiện tại và tương lai. Ngược lại, *Thành thật tông* phủ nhận ngay cả sự hiện hữu tạm thời của các pháp, nên cho rằng không có quá khứ, không có tương lai, vì chúng đều là không thật. Còn đối với hiện tại, tuy nhìn thấy được trước mắt mà hết thảy đều là hư dối, vừa thấy đó thì đã qua mất rồi. Hết thảy các pháp đều sinh khởi, biến đổi và diệt mất đi trong từng khoảnh khắc. Cuộc đời con người cũng giống như thế, chỉ là sự tiếp nối của những khoảnh khắc không thật, như bóng chớp, như hạt sương sa, không thường tồn chân thật!

Do nơi sự đối đãi giữa vật này với vật kia, người ta định nên tên gọi, nên tên gọi cũng chỉ là tương đối và hư dối, không thật.

Các pháp đều là những hiện tượng sinh khởi, đều chỉ là bóng dáng, không thật. Cũng như bọt nước tuy hiện hữu mà không bền chắc, tan biến trong chốc lát, chẳng còn để lại gì.

Do sự phủ nhận tất cả các pháp, nên người tu không còn mê đắm, không còn bị dắt dẫn theo chúng nữa. Nhờ đó mà có thể dứt bỏ các mối tham dục, ái luyến, cũng không còn sân hận, si mê nữa.

Tuy rằng xét cho cùng thì giáo lý *Thành thật tông* chưa đạt đến chỗ rốt ráo, có thể dẫn người ta rơi vào chỗ *chấp không*, cực đoan, nhưng trong một thời gian dài, giáo lý này cũng đã giúp cho không ít người thoát khỏi sự mê đắm vào vật chất thế gian. Nhờ đó mà họ mới có khả năng tiếp nhận những giáo lý sâu xa, mầu nhiệm hơn của Phật pháp. Nếu xét theo quan điểm tùy bệnh mà cho thuốc, thì giáo lý *Thành thật tông* quả thật đã là một bài thuốc hay trong suốt thời hưng thạnh của tông này.

3

LUẬT TÔNG
律宗
(Ritsu-shū)

Khai tổ: Đạo Tuyên Luật sư ở Trung Hoa

Giám Chân[1] ở Nhật vào thế kỷ 8.

Giáo lý căn bản: Ba tác phẩm của Đạo Tuyên về Tạng Luật, nhất là *Tứ phần luật* của phái *Đàm-vô-đức bộ.*

Tông chỉ: Giới luật là yếu tố quan trọng nhất. Người tu phải bắt đầu từ việc nghiêm trì giới luật thì mới có thể tu chứng được bất kỳ pháp môn nào khác.

LỊCH SỬ

Luật tạng là một phần trong giáo lý nguyên thủy từ thời đức Phật, nhưng không được thuyết giảng trọn vẹn một lần. Trong suốt thời gian hành hóa khắp nơi trên xứ Ấn Độ, tùy theo từng hoàn cảnh phát sinh cụ thể mà đức Phật chế ra từng điều luật và dạy đệ tử phải lưu truyền về sau. Cho đến khi Phật nhập Niết-bàn, ngài có căn dặn lại hàng tăng chúng về sau nhất thiết phải xem giới luật là bậc thầy để nương theo trên đường tu học.

Vâng theo lời dạy của Phật, các vị đại đệ tử của ngài đều rất chú trọng đến giới luật. Ngay sau khi Phật nhập diệt, ngài *Ưu-ba-ly*[2] được giáo hội ủy thác trùng tuyên lại phần

---
[1] Tiếng Nhật là Ganjin
[2] Tiếng Phạn là Ūpali

giới luật trong khi kết tập kinh điển lần thứ nhất. Những gì ngài nhắc lại đều được ghi vào *Luật tạng*.

Tại Ấn Độ, không có một bộ phái riêng biệt chuyên về giới luật, mà tất cả các bộ phái đều vâng giữ theo giới luật do Phật đã chế định. Tuy nhiên, do thời gian và sự chia tách, nên mỗi bộ phái cũng có những sự khác biệt nhất định.

Khoảng 100 năm sau Phật nhập diệt, năm vị đệ tử của ngài *Ưu-ba-cúc-đa*[1] phân chia thành năm bộ phái riêng, đều soạn lại phần giới luật cho bộ phái của mình. Các bộ phái ấy là:

1. *Pháp tạng bộ*[2]
2. *Nhất thiết hữu bộ*[3]
3. *Ẩm quang bộ*[4]
4. *Hóa địa bộ*[5]
5. *Khả trụ tử bộ*[6]

Trong các bộ phái này, phần *Luật tạng* của *Pháp tạng bộ* được các ngài *Trúc Phật Niệm* và *Phật-đà-da-xá* dịch sang chữ Hán vào khoảng đầu thế kỷ thứ 5, đời Hậu Tần, với tên là *Tứ phần luật*, gồm 60 quyển.[7]

Vào đời Tam Quốc, khoảng thế kỷ 3, ngài *Đàm-ma-ca-la*,[8] một vị tăng Ấn Độ sang Trung Hoa khởi sự việc dạy luật. Cho

---

[1] Tiếng Phạn là Upagupta
[2] Tiếng Phạn là Dharmagupta
[3] Tiếng Phạn là Sarvāstivāda
[4] Tiếng Phạn là Kāśyapīya
[5] Tiếng Phạn là Mahīśāsaka.
[6] Tiếng Phạn là Vātsīputrīya.
[7] Bộ luật này đã được dịch sang tiếng Việt, đưa vào sách Tăng đồ nhà Phật (Đoàn Trung Còn - Nguyễn Minh Tiến, NXB Tôn giáo).
[8] Tiếng Phạn là Dharmakāla, Hán dịch nghĩa là Pháp Thời.

đến đời nhà Đường (620 - 906), bộ *Tứ phần luật* đã được hầu như tất cả chư tăng ở Trung Hoa chấp nhận và vâng theo.

Người có công lớn nhất trong việc thúc đẩy sự hình thành *Luật tông* là ngài *Đạo Tuyên* (596 - 667), còn có danh hiệu là *Nam Sơn Đại sư*, khoảng thế kỷ 7, trong đời nhà Đường. Vì vậy ngài được xem là khai tổ sáng lập *Luật tông* ở Trung Hoa. Ngài ẩn cư trên đỉnh núi Nam Sơn, tinh thông cả ba tạng *Kinh*, *Luật* và *Luận*, nhưng chú trọng nhất vào tạng *Luật*. Ngài biên soạn và dịch rất nhiều kinh sách, hiện nay trong *Đại Tạng Kinh* còn lưu giữ được 20 bộ, gồm 110 quyển. Riêng về bộ *Tứ phần luật*, ngài có soạn ra ba tập sách giá trị để người học dùng kèm theo. Đó là bộ *Tứ phần luật San phồn bổ khuyết hành sự sao*, gồm 12 quyển; bộ *Tứ phần luật San bổ tùy cơ yết-ma*, gồm 2 quyển; và bộ *Tứ phần luật Tỳ-kheo hàm chú giới bản*, gồm 2 quyển.

Sau ngài *Đạo Tuyên*, còn có một vị nữa cũng có công lớn trong việc xiển dương *Luật tông*. Vị này là tổ thứ 15 của *Luật tông*, hiệu là Nguyên Chiếu (1048 - 1116). Ngài thông minh, học rộng, nên người đời xưng tụng là *Đại Trí Thiền sư*. Ngài có soạn bộ *Tứ phần luật Hành sự sao tư trì ký*, gồm 16 quyển, giúp cho việc nghiêm trì giới luật được thúc đẩy mạnh mẽ hơn nhiều. Vì thế, nhiều người vẫn xem ngài là Tổ sáng lập thứ hai, chỉ đứng sau ngài *Đạo Tuyên* mà thôi.

Trong thế kỷ 8, ngài *Giám Chân*[1] (688 - 763) truyền *Luật tông* sang Nhật, trở thành vị khai tổ của *Luật tông* ở nước này. Ngài là người Dương Châu, Trung Hoa. Năm 14 tuổi theo cha vào chùa, nhìn thấy tượng Phật nên cảm động mà phát nguyện xuất gia. Ngài học thông thạo ba tạng kinh điển, nhưng đặc biệt chú trọng việc nghiêm trì giới luật. Năm ngài 55 tuổi, có 2 vị tăng người Nhật Bản khẩn thiết thỉnh cầu ngài sang hoằng hóa ở Nhật Bản. Ngài nhận lời và lập chí

---

[1] Về sau người Nhật gọi là **Ganjin**.

nguyện sang Nhật. Môn đồ rất nhiều người ngăn cản, vì vào lúc ấy đường sang Nhật rất gian nan, nguy hiểm. Ngài nói với môn đồ rằng: *"Đây là vì việc rộng truyền chánh pháp, dù có hy sinh tính mạng cũng chẳng hề gì. Nếu không có ai cùng đi thì một mình ta đi vậy."*

Nghe như vậy, có 21 vị đệ tử cùng xin đi theo, nhưng thất bại, không đến được Nhật Bản. Ngài vẫn kiên trì tiếp tục tổ chức thêm nhiều chuyến đi khác nữa. Đến lần thứ 6, sau 11 năm gian khổ, ngài mới đến được *Nại Lương*,[1] Nhật Bản vào năm 754, thuộc thời đại Thiên Bình, mang theo được rất nhiều kinh sách. Trong suốt các cuộc hành trình, có tổng cộng 36 vị *tỳ-kheo* bỏ mạng dọc đường, và chính ngài cũng bị mù hai mắt.

Lúc bấy giờ, Nhật hoàng và cả nước Nhật đều ngưỡng mộ, tôn sùng ngài, nên việc hoằng hóa vô cùng thuận lợi. Ngài được Nhật hoàng phong tặng là *Truyền Đăng Đại pháp sư*. Trong thời gian hoằng pháp, ngài cũng đồng thời giúp phát triển rất nhiều cho ngành y học của Nhật Bản, vì ngài vốn rất tinh thông y học. Sau 10 năm hoằng hóa với những thành quả vô cùng to lớn, ngài thị tịch tại Nhật vào năm 763.

Trong thời gian hoằng hóa của ngài, nhiều giới đàn được lập ra ở khắp nơi, và số người xin thọ giới ngày càng đông hơn, khiến cho *Luật tông* trở thành một chi phái được nhiều người sùng tín.

HỌC THUYẾT

Luật tông ngay từ thời đức Phật tuy không hề được xem là một bộ phái riêng biệt, nhưng rất được chú trọng. Một trong những lời di huấn của Phật trước khi nhập *Niết-bàn* là dặn dò chư *tỳ-kheo* nhất thiết *phải lấy giới luật làm thầy*. Học thuyết của *Luật tông* về sau phát triển quan điểm ấy,

---

[1] Tiếng Nhật là **Nara**.

cho rằng người ta trước hết phải chuyên giữ giới luật cho thật nghiêm mật, thì mới có thể nhờ đó mà đạt được sự an định thân tâm. Từ chỗ an định thân tâm, mới phát sinh trí huệ.[1]

Đạo Phật được bảo tồn lâu dài là nhờ giới luật. Hàng tăng ni xuất gia được tôn trọng sùng bái là nhờ các vị nghiêm giữ giới luật. Thậm chí cư sĩ mà giữ trọn được 5 giới của mình cũng chính là nguồn gốc của sự an vui, thanh thản. Từ xưa đến nay, tất cả các tông phái khác nhau, dù không phải là *Luật tông* nhưng hết thảy cũng đều xem trọng giới luật.

Trong lễ *bố-tát*, tức là nghi thức tụng giới mỗi tháng hai lần, có đoạn mở đầu nói rõ ý nghĩa quan trọng của việc giữ giới như sau:

Như người bị què chân,
Không thể đi đứng được.
Cũng vậy, người phạm giới,
Không sanh cõi trời, người.[2]

Người muốn sanh cõi trời,
Hoặc trong chốn nhân gian,
Phải thường giữ giới luật,
Không để cho hủy phạm.

Như xe vào đường hiểm,
Bị mất chốt, gãy trục.
Người phạm giới cũng vậy,
Giờ sắp chết lo sợ.[3]
Như người tự soi gương,
Đẹp, xấu sinh ưa, chán.[4]

---

[1] Quan điểm này được tóm gọn trong câu: "Nhân giới sanh định, nhân định phát huệ."

[2] Nghĩa là phải đọa vào các đường ác như địa ngục, ngạ quỷ, súc sanh.

[3] Vì tự biết mình phạm giới phải thọ ác báo, nên lo sợ khủng hoảng.

[4] Người soi vào gương, tự thấy mình đẹp sanh lòng ưa thích, tự biết mình xấu xí, sanh tâm chán ghét.

*Nghe thuyết giới cũng vậy,
Không hủy phạm, vui mừng.*[1]

*Như đôi bên giao chiến,
Mạnh tiến, yếu phải lùi.
Nghe thuyết giới cũng vậy,
Trong sạch được an ổn.*[2]

Phần lớn kinh điển Phật giáo đều được phân chia thành một trong hai khuynh hướng, *Đại thừa* hoặc *Tiểu thừa*. Riêng đối với những phần thuộc về giới luật thì cả hai khuynh hướng *Đại thừa* và *Tiểu thừa* đều tin nhận và vâng theo không hề có sự phân biệt, chia tách. Người ta chỉ thấy có sự khác biệt về quan điểm, về phương thức hành trì giới luật, chứ không thấy có những phần giới luật riêng biệt cho *Đại thừa* hoặc *Tiểu thừa*.

Tuy nhiên, trong nội dung giới luật có sự phân chia thích hợp cho các mức độ tu tập khác nhau. Như đối với cư sĩ tại gia có 5 giới, hoặc có thể tùy ý phát nguyện thọ *Bát quan trai* gồm 8 giới; đối với *sa-di* hoặc *sa-di ni* cũng có sự khác biệt về giới luật, và đơn giản hơn nhiều so với phần giới luật của các vị *tỳ-kheo*; và giới luật của *tỳ-kheo* ni lại còn nghiêm ngặt hơn nữa...

Khác với các phần trong giáo pháp như tạng Kinh, tạng Luật, vốn được truyền bá rộng rãi không giới hạn, phần giới luật được truyền dạy với sự chọn lựa chỉ dành cho các đối tượng thích hợp. Và hơn thế nữa, người muốn thọ giới phải được sự truyền dạy chính thức của các vị thầy có đủ đức độ,

---

[1] Người nghe thuyết giới cũng như kẻ soi gương, nhờ đó mà tự biết mình có phạm giới hay không. Người giữ giới trọn vẹn sinh tâm vui mừng, kẻ phạm giới thì ngược lại, lo buồn bất an.

[2] Khi đánh nhau, kẻ dũng mãnh mới dám xông tới, người nhút nhát tất phải thối lùi. Người nghe thuyết giới cũng vậy, như tự giữ mình trong sạch mới được an ổn, kẻ có hủy phạm tất sợ sệt, lo lắng.

phẩm hạnh, và phải được truyền giới thông qua một nghi lễ nghiêm trang tổ chức tại giới đàn.

Tuy rằng giới luật giữ một vai trò rất quan trọng trong Phật giáo, nhưng *Luật tông* với tư cách là một tông phái độc lập lại không tạo được ảnh hưởng lớn lắm, và cũng không tồn tại lâu. Điều này xét cho cùng cũng có thể hiểu được, bởi vì giới luật tuy là một phần quan trọng, nhưng không thể xem là một học thuyết hay giáo lý duy nhất để giúp người tu tập đạt đến sự giải thoát. Người ta cần có những phương thức tu tập cụ thể để thực hành song song với việc giữ giới thì mới có thể đạt được kết quả mong muốn trong sự tu tập.

4

Pháp tướng tông
法相宗
(Hossō-shū)

Khai tổ: Bồ Tát *Thế Thân* vào thế kỷ 5 ở Ấn Độ

Huyền Trang truyền sang Trung Hoa vào thế kỷ 7.

Đạo Chiêu (*Dōshō*) và *Huyền Phảng* (*Genbō*) truyền sang Nhật vào các năm 660 và 734.

Giáo lý căn bản: *Duy thức luận* của Bồ Tát *Thế Thân*.

Thành Duy thức luận của *Đàm-ma-ba-la*.

Tông chỉ: Chỉ có *thức* là thật có và hàm chứa tất cả, vạn vật mà chúng ta nhận biết đều chỉ là sự biểu hiện của *thức*, cho nên xét về bản chất đều là không thật.

LỊCH SỬ

Giáo pháp thời đức Phật đã có giảng rõ nghĩa trung đạo. Duy thức là giáo lý cốt yếu của Pháp tướng tông. Khoảng 900 năm sau, Bồ Tát Vô Trước (**Asaṅga**) ra đời, xiển dương giáo lý Đại thừa. Ngài là anh trai của Bồ Tát Thế Thân, cũng chính là người đã giúp Bồ Tát Thế Thân từ bỏ con đường Tiểu thừa để quay sang tu tập và truyền bá Đại thừa. Tương truyền ngài Vô Trước đã được Bồ Tát Di-lặc từ cung trời Đâu-suất (**Tuṣita**) hiện xuống dạy cho 5 bộ luận là:

1. *Du-già sư địa luận* (*Yogāoāryabhāmi-śāstra*).

2. *Phân biệt Du-già luận* (*Vibhāga-yogā-śāstra*).

3. *Đại thừa trang nghiêm kinh luận* (Mahāyāna-sūtrālaṃkāra).

4. *Biện trung biên luận* (Madhyānta-vibhāga-ṭīkā).

5. *Kim cang bát-nhã ba-la-mật kinh luận* (Vajra-cchedikā-prajñāpāramitopadeśa).

Tại một giảng đường lớn thuộc xứ *A-du-đà* (Ayodhya), ngài *Vô Trước* đã học và giảng 5 bộ luận này suốt trong một tháng. Ban đêm ngài học với Bồ Tát *Di-lặc*, ban ngày ngài mang những điều đã học giảng lại cho rất nhiều người nghe. Nhờ vậy đã nhanh chóng phổ biến được một cách rộng rãi những nội dung sâu sắc của các bộ luận này, và chính từ đó *Pháp tướng tông* được hình thành.

Người em trai của ngài *Vô Trước* là Bồ Tát *Thế Thân* sau khi quay sang tu tập theo *Đại thừa* cũng trở thành một bậc danh tăng lỗi lạc, biên soạn rất nhiều bộ luận *Đại thừa*. Trong số đó, có bộ *Duy thức luận* (Vijñānamātrasiddhi-śāstra) được biên soạn cuối cùng, là bộ luận sâu sắc và tóm thâu hết thảy những ý nghĩa tinh túy nhất của học thuyết *Duy thức*. Sau khi được dịch sang chữ Hán, bộ luận này đã trở thành bộ luận chính của *Pháp tướng tông* ở Trung Hoa. Có rất nhiều luận sư giảng giải về bộ luận này, nhưng trong số đó nổi bật nhất là ngài *Đàm-ma-ba-la* (Dhammapāla), người Ấn Độ nhưng thường được người Trung Hoa biết đến với tên gọi *Hộ Pháp*. Chính phần giảng giải của ngài về sau đã được ngài Huyền Trang dịch sang chữ Hán thành quyển *Thành Duy thức luận* (成唯識論).

Đệ tử của *Đàm-ma-ba-la*, là *Thi-la-bả-đà-la* (Śīlabhadra), người Trung Hoa gọi là Giới Hiền Luật sư, vốn là người nghiên cứu am tường các kinh luận của Bồ Tát *Vô Trước* và *Thế Thân*, là một trong các học giả nổi tiếng nhất của Ấn Độ vào thế kỷ 6 - 7. Khi ngài Huyền Trang sang Ấn Độ đã gặp được ngài Giới Hiền tại tu viện *Nālanda* ở xứ *Ma-kiệt-đà*

(*Magadha*) thuộc miền Trung Ấn, nơi nổi tiếng là "*trường đại học Phật giáo*" của thời đó. Chính từ nơi Giới Hiền Luật sư mà ngài Huyền Trang đã học tập được rất nhiều điều về kinh luận và giáo lý.

Sau khi mang theo rất nhiều kinh văn bằng Phạn văn trở về Trung Hoa vào năm 645, ngài Huyền Trang được vua Đường Thái Tông thỉnh đến ở chùa Hoằng Phước nơi kinh đô Trường An để chuyên việc dịch kinh điển từ Phạn văn sang Hán văn. Ngài đã thực hiện công việc phiên dịch trong suốt 19 năm. Trong thời gian ấy, ngài cũng truyền bá rộng rãi học thuyết của *Pháp tướng tông*.

Một trong các đệ tử lớn của ngài là Khuy Cơ có soạn một trăm bài giảng luận về Kinh và Luận, được người đương thời tôn xưng là Từ Ân Đại sư, vì ngài ở chùa Từ Ân. Và vì *Pháp tướng tông* phát khởi từ chùa Từ Ân, do công truyền bá của Từ Ân Đại sư, nên người ta cũng gọi tông này là *Từ Ân tông*. Từ Ân Đại sư sau khi được nghe những lời giảng giải của thày là Huyền Trang đã ghi chép lại và sau đó soạn lại thành sách.

Sau Khuy Cơ, đệ tử của ngài là Huệ Chiểu cũng có công lớn trong việc tiếp tục truyền bá *Pháp tướng tông* ở Trung Hoa.

Pháp tướng tông về sau có nhiều lần được truyền sang Nhật Bản. Trong đó có hai lần đáng quan tâm nhất. Lần thứ nhất là khi có một vị tăng Nhật Bản tên *Doshō* sang Trung Hoa học đạo với ngài Huyền Trang. Ông là bạn đồng môn và có quan hệ giao du rất thân thiết với ngài Khuy Cơ, được người Trung Hoa gọi là Đạo Chiêu. Năm 653, ông theo đường biển đến Trung Hoa. Ngoài việc theo học với ngài Huyền Trang, ông còn theo học Thiền học với ngài Huệ Mãn. Năm 660, ông trở về nước Nhật và truyền bá học thuyết của *Pháp tướng tông* ở miền Nam, vì ông là người xứ *Asuka* thuộc miền Nam nước Nhật.

Đầu thế kỷ 8, vào năm 717, một người Nhật khác là **Genbō** dẫn theo một số tăng sĩ Nhật Bản khác sang Trung Hoa theo học với đệ tử của ngài Huệ Chiểu là Trí Chu. Ông có tư chất thông minh, học lực uyên bác, được vua Đường Huyền Tông rất khâm phục, ban cho áo *cà-sa* màu đỏ, là một biểu hiện rất tôn kính. Năm 734, ông trở về Nhật Bản, truyền bá học thuyết *Pháp tướng tông* ở kinh đô Nại Lương (*Nara*) và các vùng thuộc miền Bắc nước Nhật.

Hiện nay, *Pháp tướng tông* vẫn còn hưng thịnh ở Nhật và có nhiều bậc cao đồ thông minh tài trí. *Pháp tướng tông* hiện có hơn 40 ngôi chùa, 700 vị tăng sĩ, khoảng 1.000 cư sĩ và hơn 10.000 tín đồ thường xuyên đến tham học.[1]

HỌC THUYẾT

A. Ba giai đoạn thuyết pháp: Sau khi đức Phật thành đạo, ngài quán xét căn cơ trí tuệ của chúng sinh và quyết định không thể mang những giáo pháp cao siêu nhất ra giảng dạy, vì như thế sẽ không ai có thể lãnh hội được. Thay vì vậy, việc thuyết pháp của ngài được chia thành ba giai đoạn. Trước hết, ngài giảng dạy giáo pháp *Tiểu thừa*, hay *Thanh văn thừa*, là những điều gần gũi và dễ tiếp nhận nhất đối với đa số chúng sinh. Sau đó, ngài giảng dạy giáo pháp *Trung thừa*, hay *Duyên giác thừa*, là những giáo lý thuộc tầng bậc cao hơn và mang lại những kết quả tu tập cũng cao hơn. Cuối cùng, vào khoảng thời gian trước khi nhập *Niết-bàn*, ngài thuyết giảng giáo pháp *Đại thừa*, phần giáo pháp rốt ráo nhất dẫn đến quả vị Phật. Chỉ những ai có được niềm tin sâu vững và trí huệ sáng suốt mới có thể tiếp nhận được phần giáo pháp này.

Về sau, các bậc tổ sư cũng giữ theo phương cách thuyết pháp chia thành ba giai đoạn như trên, nhưng có sự linh hoạt

---

[1] Những số liệu này là vào khoảng thập niên 70 của thế kỷ 20.

là tùy theo căn cơ của đệ tử chứ không phải phân chia theo thời gian như vào thời đức Phật. Đối với những người căn cơ thấp kém, trí huệ nông cạn, các ngài chỉ dạy cho tu tập giáo pháp *Tiểu thừa*. Đối với những ai có phần sáng suốt hơn, các ngài dạy giáo pháp *Trung thừa*. Và chỉ với những ai có căn cơ nhạy bén, trí huệ sáng suốt, các ngài mới mang giáo pháp *Đại thừa* ra truyền dạy.

Nhìn từ góc độ của *Pháp tướng tông* thì sự phân biệt thuyết pháp như trên là dựa theo ba mức độ nhìn nhận về thực tại. Ở mức độ thấp nhất (*Tiểu thừa*), người ta thừa nhận thực tại là thật có (*chấp hữu*), và hướng sự tu tập đến việc hoàn thiện những điều bất như ý trong thực tại đó. Ở mức độ thứ hai, người ta nhận rằng bản chất của thực tại là hư ảo, là không thật có (*chấp vô*), và hướng sự tu tập đến chỗ tách rời ra khỏi thực tại không thật có để đạt được sự giải thoát cho riêng mình. Ở mức độ thứ ba, mức độ cao nhất, người ta nhận ra rằng thực tại là chẳng phải có cũng chẳng phải không (*phi hữu phi vô*), và hướng sự tu tập vào việc đạt đến giải thoát bằng chính tự tâm, bởi vì khi tự tâm mê lầm thì thực tại là thực có và đầy dẫy khổ đau, nhưng khi tự tâm sáng suốt thì không còn bị trói buộc bởi thực tại mà có thể nhận ra được thật tánh của vạn pháp, từ đó mà đạt được sự giải thoát tự tại. Giáo lý về *phi hữu phi vô* này chính là con đường *trung đạo* của *Pháp tướng tông*.

Học thuyết trung đạo của *Pháp tướng tông* là "*Duy thức*", nghĩa là chỉ duy nhất "*thức*" là thật có mà thôi. Các pháp đều từ trong thức sinh khởi mà thành. Học thuyết ấy cho rằng những gì ở trong thức sẽ biểu hiện ra ngoài thành muôn hình vạn trạng, cho nên hết thảy đều là không thật. Công năng của thức tạo ra tất cả. Nó hiển lộ thế giới vật chất cũng tương tự như một máy chiếu phim tạo ra hình ảnh. Cho nên, hết thảy thế giới đều chỉ là mộng ảo, cho đến ba cõi *Dục giới*, *Sắc giới* và *Vô sắc giới* cũng chỉ là những biểu hiện của thức mà thôi.

39

Giáo lý *trung đạo* thuộc tầng bậc cao, không phù hợp với những ai mới bước chân vào tìm hiểu đạo Phật. Để lãnh hội được ý nghĩa *chẳng phải có chẳng phải không*, người ta phải thấu hiểu sâu xa cả nghĩa có và nghĩa không, rồi từ đó mới có thể nhận được rằng giáo lý này bao gồm trong nó cả *nghĩa không* và *nghĩa có*. Nó viên dung, bao hàm tất cả chứ không phải là một kiểu "*nằm ở khoảng giữa*" như rất nhiều người lầm tưởng.

B. Học thuyết Pháp tướng tông: Dựa theo ý nghĩa *trung đạo* của *Duy thức luận*, *Pháp tướng tông* phân quy chiếu hết thảy mọi hiện tượng trong thế giới vật chất và tinh thần về thành 100 pháp khác nhau (*bách pháp*), rồi lại chia 100 pháp ấy ra thành 5 nhóm lớn là: *tâm* (8 pháp), *tâm sở hữu* (51 pháp), *sắc* (11 pháp), *tâm bất tương ưng hành* (24 pháp) và vô vi (6 pháp). Cộng cả thảy là 100 pháp, bao gồm tất cả mọi hiện tượng trong thế giới, gồm cả các pháp *hữu vi* và *vô vi*.

Trong 5 nhóm trên thì nhóm đầu tiên - tâm pháp - là quan trọng hơn hết. Nhóm này gồm 8 pháp, chính là 8 *thức* của mỗi chúng sinh. Đó là: *nhãn thức, nhĩ thức, tỵ thức, thiệt thức, thân thức, ý thức, mạt-na thức* và *a-lại-da thức*.

Theo thứ tự như trên mà gọi tên, nên *ý thức* cũng gọi là thức thứ sáu, *mạt-na thức* là thức thứ bảy, và *a-lại-da thức* là thức thứ tám. Chính ba thức cuối cùng này điều hành tất cả mọi hoạt động của chúng sinh. *Ý thức* kiểm soát và điều hành cả 5 thức trước nó trong hiện tại. *Mạt-na thức* và *a-lại-da thức* là những người chỉ huy đứng ở hậu trường. Đặc biệt, *a-lại-da thức* có công năng ghi nhớ và chất chứa tất cả những hạt giống thiện hay ác mà con người đã tạo ra trong đời sống, gọi là chủng tử, rồi đến khi có đủ điều kiện thích hợp thì những chủng tử ấy sẽ sinh khởi thành những sự việc tốt xấu của mỗi chúng sinh. Đó là nền tảng của lý thuyết về nhân quả. Một chủng tử xấu sẽ sinh khởi tạo thành những điều kiện xấu, và ngược lại, những chủng tử thiện sẽ tạo nên một đời sống tốt đẹp cho chúng sinh.

Vì tất cả những gì xảy ra và được chúng ta nhận biết đều chỉ là sự sinh khởi của những chủng tử chất chứa trong *a-lại-da thức*, nên xét theo ý nghĩa này thì có thể nói rằng chính *a-lại-da thức* đã tạo ra tất cả, kiểm soát tất cả. *Pháp tướng tông* cho rằng tất cả các pháp đều do nơi *thức*, từ nơi thức mà sinh khởi, rồi vận hành trong thức và cũng diệt mất đi trong thức ấy. Tuy là có 8 thức, nhưng chính lý thuyết về *a-lại-da thức* mới là quan trọng nhất và bao gồm trong nó tất cả.

Theo chiều suy luận ngược lại, nếu 8 thức không nhận biết thế giới này, không vận hành và sinh diệt trong cuộc đời này, thì thế giới này sẽ không thể hiện hữu, tương tự như khi người điều khiển không cho máy chiếu phim hoạt động thì không thể nhìn thấy các hình ảnh.

Dựa trên luận thuyết này, chúng ta sẽ hiểu được vì sao tất cả những điều tốt đẹp, quý báu và đáng ưa muốn của thế gian như sự giàu sang, nhà cửa to lớn, thức ăn ngon, vợ đẹp, con ngoan... lại chẳng có ý nghĩa gì cả đối với những bậc xuất gia tu hành chân chánh. Bởi vì trong tâm thức của các vị không có sự hiện hữu của những thứ ấy, cũng không có sự ham muốn, ưa thích chúng, và vì thế mà chúng phải tự nhiên mất đi.

C. Sự giải thoát: Sự phân ra ba giai đoạn thuyết pháp hay ba mức độ giáo hóa đều là nhằm có thể mang đến sự giải thoát cho tất cả chúng sinh. Từ những người có căn cơ thấp kém, ngu độn nhất cho đến những bậc thông minh xuất chúng đều không ra ngoài phạm vi giáo hóa của Ba thừa.

Đối với những người có căn cơ thấp - thường là chiếm phần đa số - thì cuộc đời này vốn là thật có, những đau khổ mà họ phải nhận chịu trong cuộc đời là không thể phủ nhận.

Vì thế, họ học theo luận thuyết *Pháp tướng tông* để được giải thoát khỏi chính những sự khổ đau cụ thể đó. Nhờ học đạo, họ sẽ giảm bớt đi sự mê đắm, lầm lạc, vì hiểu được ý nghĩa không thật của những giá trị vật chất vốn luôn thay đổi và cuối cùng đều sẽ phải hoại mất. Từ đó, con người không còn đau khổ bởi những cảm xúc bất bình vì trái ý, tiếc nuối vì mất mát, đau đớn vì chia ly... Bởi vì họ hiểu ra được rằng tất cả những điều đó đều là không thể tránh khỏi, đều là sự vận hành tự nhiên, và bản chất của chúng đều là không thật, chỉ từ nơi các thức biến hiện ra. Khi hiểu được như vậy, người ta có thể giải thoát khỏi rất nhiều nỗi khổ đau thường gặp trong cuộc đời này.

Đối với những người có phần trí tuệ cao hơn, sự giáo hóa không dừng lại ở đó mà còn đi sâu vào quán xét tính chất không thật có của thế giới vật chất. Ngay cả những hiện tượng thành, trụ, hoại, không của vật chất cũng chỉ là những sự biểu hiện không thật, như những con sóng nổi lên trên mặt biển.

Người ta không thể tìm thấy cái gọi là *"con sóng"* ở bên ngoài mặt biển. Khi có gió bão, con sóng xuất hiện, mặt biển nhấp nhô; khi trời yên tĩnh, con sóng biến mất, mặt biển phẳng lặng. Nhưng thật ra thì con sóng chưa từng *"có"* mà cũng chưa từng *"không"*. Nếu nói sóng là *có*, vì sao khi mặt biển yên ta không nhìn thấy sóng? Nếu nói sóng là *không*, vì sao khi biển động lại thấy có sóng? Khi biển yên thì sóng đi về đâu? Khi biển động thì sóng từ đâu mà đến? Suy xét ý nghĩa này, chúng ta sẽ nhận ra được cái gọi là *"con sóng"* thật ra chỉ là sự biểu hiện kết hợp nhiều điều kiện khác nhau: có mặt biển, có gió mạnh thì con sóng hiện ra. Khi những điều kiện đó không còn nữa, con sóng cũng không còn.

Tất cả mọi hiện tượng trong thế giới này đều là như vậy. Khi có đủ các nhân duyên hợp lại, một hiện tượng khởi lên, và chúng ta nói rằng nó đang "*có*". Khi các nhân duyên tan rã, hiện tượng ấy mất đi, và chúng ta nói rằng nó là "*không*". Thật ra, chỉ có sự kết hợp của các nhân duyên mà không có bất cứ hiện tượng nào là thật có!

Khi hiểu được như vậy, người ta không còn mê đắm đối với mọi đối tượng vật chất. Nhờ đó, người ta có thể sống một cách giản dị, thanh đạm, không bị lôi cuốn theo sự tham muốn, và do đó không gây ra các ác nghiệp.

Nhưng đối với những bậc thượng căn thượng trí thì cả hai cách nhìn nhận *có* và *không* như trên đều chưa phải là rốt ráo. Khi nói rằng thế giới vật chất này là *có*, thì rõ ràng chỉ là cách nhìn ở bề mặt mà thôi, vì không thấy được tính chất giả hợp, thay đổi và tan rã đang diễn ra liên tục trong thế giới ấy. Nhưng nếu bảo tất cả đều là *không* thì cũng không thỏa đáng, vì sự hiện hữu của chúng ta là thật có, đang song song tồn tại cùng với mọi hiện tượng giả hợp của thế giới. Vì thế, họ quay sang nhìn nhận rằng sự tồn tại của thế giới vật chất và tinh thần chính là biểu hiện từ sự tồn tại của thức. Khi nhận thức như vậy, người ta không còn quan tâm đến việc thế giới này là *có* hay là *không*, vì chúng chẳng qua chỉ là sự biểu hiện ra bên ngoài của các thức mà thôi.

Pháp tướng tông khi truyền sang Nhật Bản cũng tạo ra rất nhiều ảnh hưởng tích cực trong đời sống của dân tộc này. Khi nhận biết rằng những giá trị vật chất trong cuộc sống vốn là không thật, họ không rơi vào chỗ bi quan yếm thế hay lười nhác, trốn tránh. Trái lại, họ vận dụng được nhận thức này để rèn luyện sự kiên tâm và một nghị lực vững vàng trước mọi biến động trong cuộc sống. Nhờ vậy, họ có thể chịu đựng được những cơn động đất, bão tố, nạn đao binh... Trải qua thảm họa, họ thản nhiên xây dựng lại cuộc sống; gặp những mất mát đau thương, họ mỉm cười chấp nhận để nỗ lực vượt qua. Họ biết rằng không có gì là trường tồn. Những điều tốt đẹp hay xấu xa, thảy đều sẽ qua đi với thời gian. Và nhờ đó, họ không bao giờ đánh mất đi những nỗ lực vươn lên hoàn thiện cuộc sống. Họ tin tưởng rằng, tuy mọi cái đều không thật, đều giả tạm, nhưng chính phần tâm thức, nghị lực của mỗi con người là thật có.

5
TAM LUẬN TÔNG
三論宗
(Sanron-shū)

Khai tổ: Bồ Tát *Long Thụ* (*Nāgārjuna*) vào khoảng thế kỷ 2 - 3 ở Ấn Độ, tiếp theo là *Ka-na-đề-bà* (*Kāṇadeva*) vào khoảng thế kỷ 3.

Cưu-ma-la-thập (*Kumārajīva*) truyền sang Trung Hoa vào thế kỷ 5.

Huệ Quán truyền sang Nhật Bản vào năm 625.

Giáo lý căn bản: *Trung luận* (*Madyāmaka-śāstra*) và *Thập nhị môn luận* (*Dvādaśanikāya-śāstra*) của Bồ Tát Long Thụ.

Bách luận (*Sata-śāstra*) của *Ka-na-đề-bà*.

Tông chỉ: Phát triển giáo lý *trung đạo*, xem đó là cứu cánh rốt ráo của thiền định, xóa bỏ mọi ý tưởng về *có* và *không*.

LỊCH SỬ

Học phái này lấy ba bộ luận là Trung luận, Thập nhị môn luận và Bách luận làm tông chỉ, vì vậy nên gọi là Tam luận tông. Phần luận thuyết trong ba bộ luận này khá bao quát, nên tạo ra cho Tam luận tông một phạm vi giáo lý rộng hơn so với một số tông khác chỉ gói gọn tông chỉ trong một bộ kinh hoặc luận duy nhất.

Tam luận tông nhấn mạnh giáo lý *trung đạo*, không nghiêng hẳn về một bên. Một mặt, giáo lý của tông này khác hẳn với các tông thuộc *Tiểu thừa*. Một mặt, tuy không thuộc hẳn về *Đại thừa* nhưng luận thuyết của tông này lại có tính cách rất gần gũi với các tông thuộc *Đại thừa*. Vì thế, học thuyết *Tam luận tông* vừa có thể chỉ ra những chỗ sai lầm hoặc thiếu sót của *Tiểu thừa*, vừa có thể giúp cho người học đạo dễ dàng hơn trong việc tiếp thu giáo lý *Đại thừa*.

Cũng như *Câu-xá tông* và *Thành thật tông*, *Tam luận tông* ngày nay không còn nữa. Nhưng ba bộ luận kể trên vẫn còn lưu truyền, và tên tuổi của Bồ Tát Long Thụ vẫn mãi mãi được những người học Phật nhớ đến.

Bồ Tát Long Thụ (*Nāgārjuna*), vị khai tổ của *Tam luận tông*, cũng là vị Tổ sư thứ mười bốn của Thiền tông Ấn Độ. Ngài sống vào khoảng cuối thế kỷ 2, đầu thế kỷ 3, nhưng chưa xác định được niên đại chính xác. Trong ba bộ của *Tam luận tông*, ngài là tác giả của hai bộ. Các luận sư đồng thời đều khâm phục tài biện luận của ngài. Mặc dù tinh thông cả Tam tạng kinh điển, nhưng ngài nghiêng về tạng Luận nhiều hơn. Người đương thời gọi ngài là Phật *Thích-ca* tái thế. Tương truyền rằng ngài cũng chính là tác giả của kinh *Na-tiên Tỳ-kheo*, một tác phẩm có nội dung biện luận với nhiều ý nghĩa rất thú vị đối với cả những người mới học đạo cũng như những bậc uyên bác về Phật học.[1]

Trong kinh *Lăng-già*, quyển 9,[2] đức Phật có nói trước về sự ra đời của Bồ Tát Long Thụ trong một đoạn kệ như sau đây:

如來滅度後，
未來當有人。
大慧汝諦聽，
有人持我法。

---

[1] Xem Kinh Na-tiên Tỳ-kheo, bản dịch tiếng Việt của Đoàn Trung Còn và Nguyễn Minh Tiến, NXB Tôn giáo.

[2] Kinh này được xếp vào Đại Chánh tân tu Đại tạng kinh, thuộc quyển 16, kinh số 671, trang 514.

於南大國中，
有大德比丘。
名龍樹菩薩，
能破有無見。
為人說我法，
大乘無上法。

Dịch âm:

Như Lai diệt độ hậu,
Vị lai đương hữu nhân.
Đại Huệ, nhữ đế thính!
Hữu nhân trì ngã pháp,
Ư nam đại quốc trung,
Hữu đại đức tỳ kheo
Danh Long Thụ Bồ Tát
Năng phá hữu, vô kiến.
Vị nhân thuyết ngã pháp,
Đại thừa Vô thượng pháp.

Dịch nghĩa:

Như Lai nhập Niết-bàn,
Về sau sẽ có người.
Đại Huệ, hãy nghe kỹ!
Có người giữ đạo ta.
Ở miền Nam Ấn Độ,
Sẽ có đại tỳ-kheo,
Là Bồ Tát Long Thụ.
Phá chấp hữu, chấp vô,
Vì chúng sinh thuyết pháp,
Pháp Đại thừa Vô thượng.

Vì sự ra đời của Bồ Tát Long Thụ đã được nói trước trong kinh, nên việc ngài xiển dương giáo pháp *Đại thừa*, trước tác kinh luận cũng là điều dễ hiểu.

Bồ Tát Long Thụ truyền pháp cho *Ka-na-đề-bà*, cũng thường được gọi tắt là *Đề-bà*, làm tổ sư thứ mười lăm của Thiền tông Ấn Độ. Vị này tiếp tục soạn thêm một bộ luận nữa là bộ *Bách luận*.

Trước khi soạn bộ *Bách luận*, *Đề-bà* nghĩ rằng: "Muốn cho chánh pháp được truyền rộng, trước hết phải thu phục, giáo hóa nhà vua." Nghĩ vậy, ông liền tham gia vào quân đội của nhà vua. Chỉ trong một thời gian ngắn, bằng tài năng vượt trội của mình, ông đã trở thành một vị soái tướng. Ông chỉnh đốn quân ngũ, cải tiến quân luật thành giản tiện và rõ ràng, khiến cho quân đội trở nên nghiêm minh và có tinh thần kỷ luật, luôn phục tùng thượng cấp.

Nhà vua rất hài lòng, muốn ban thưởng cho ông, bèn hỏi rằng: "Khanh có muốn điều chi không?" Ông đáp: "Tâu bệ hạ, kẻ hạ thần có học đạo lâu năm, sự hiểu biết tưởng không đến nỗi cạn hẹp. Vậy hạ thần muốn xin bệ hạ cho tổ chức một cuộc tranh biện giữa hạ thần với các vị luận sư của những tông phái khác nhau trong nước. Xin bệ hạ đứng ra chứng kiến và xác định việc hơn kém." Nhà vua vui vẻ chấp thuận đề nghị ấy.

Đề-bà liền cho người lập một diễn trường giữa đô thị và niêm yết khắp nơi một luận đề như sau:

1. *Phật* là bậc cao trổi hơn hết trong tất cả các bậc hiền triết.

2. *Pháp Phật* là chân chánh nhất trong tất cả các giáo pháp.

3. *Tăng-già* là đoàn thể tu tập vững chắc hơn hết trong tất cả các tổ chức tu tập.

Ai có thể biện luận bác bỏ được ba điều trên, *Đề-bà* xin dâng nạp thủ cấp.

Các luận sư của những giáo phái khác đều lấy làm bất bình. Họ tìm đến xin tranh luận, và cam đoan rằng nếu thua thì họ cũng sẽ chịu mất đầu. Nhưng Đề-bà đáp: *"Mục đích của tôi chỉ là hiển bày chân lý và tỏ tình hữu ái trong chốn nhân sanh, chứ không muốn hại mạng ai cả. Vì thế, tôi chỉ có một yêu cầu là người nào thua tôi trong việc biện luận thì hãy xuống tóc làm đệ tử của tôi."*

Các luận sư đều chấp nhận. Cuộc tranh biện bắt đầu. Lần lượt, từng người đều bị Đề-bà khuất phục. Có người đuối lý ngay trong ngày đầu tiên, có người cố tranh biện được đến ngày thứ hai, thứ ba... nhưng rồi cũng đều bị khuất phục. Đề-bà trở thành người chiến thắng cuối cùng.

Được chứng kiến tất cả những cuộc tranh biện đó, nhà vua trở nên rất nhiệt thành ủng hộ Phật pháp, luôn khuyến khích mọi người tu học. Ảnh hưởng cũng lan rộng ra khắp nơi trong nước. Chỉ trong mấy tháng sau đó đã có hơn một triệu người phát nguyện quy y Tam bảo.

Việc hoằng hóa đã thành tựu, Đề-bà từ bỏ tất cả để vào trong rừng sâu ẩn cư, tu tập thiền định và ghi chép lại các bài thuyết pháp mà ông đã dùng để khuất phục ngoại đạo. Do đó mà hình thành bộ *Bách luận*.

Ka-na-đề-bà truyền pháp cho ngài *La-hầu-la-đa* (*Rāhulabhadra*) làm tổ sư đời thứ 16 của Thiền tông Ấn Độ. Một trong các đệ tử của ngài *La-hầu-la-đa* là *Tân-già-la* (*Piṅgalanetra* - người Trung Hoa gọi là Thanh Mục) sau đó truyền giáo pháp *Tam luận tông* cho hai vị vương tử nước *Sa-xa*[1] là *Tu-lợi-da-bạt-đà* và *Tu-lợi-da-tô-ma*. Cả hai vị này đều rời bỏ hoàng cung, xuất gia làm tăng sĩ. Về sau, ngài *Cưu-ma-la-thập* trên đường du học có dừng lại ở nước *Sa-xa*

---

[1] Nước Sa-xa thời cổ thuộc Ấn Độ, nằm về phía tây nước Vu-điền, phía đông nam nước Sớ-lặc, cũng đọc là Cừ-sa, đời nhà Đường gọi là nước Khẩn-quán, đời nhà Nguyên gọi là nước Nhã-nhĩ-hựu, đời nhà Minh gọi là nước Diệp-nhĩ-khâm, nay là vùng Yarkand thuộc tỉnh Tân Cương, Trung Quốc.

một năm, nhân đó được hai vị *Tu-lợi-da-bạt-đà* và *Tu-lợi-da-tô-ma* truyền dạy giáo pháp.

Khoảng đầu thế kỷ 5, ngài *Cưu-ma-la-thập* sang Trung Hoa, chuyển dịch các bộ *Trung luận*, *Thập nhị môn luận* và *Bách luận* cùng với nhiều kinh văn khác sang Hán văn. Từ đó giáo lý *Tam luận tông* được truyền ở Trung Hoa, xem ngài *Cưu-ma-la-thập* là tổ khai sáng. Khi đến Trường An, ngài đã được 63 tuổi. Ngài lưu lại nơi đây từ năm 401 đến năm 412, chuyên tâm dịch kinh điển và giảng thuyết giáo pháp *Đại thừa*.

Giáo pháp *Tam luận tông* được truyền về sau đến thời ngài Cát Tạng thì được chấn hưng mạnh mẽ. Cát Tạng vốn là người gốc An Tức, thuộc Ấn Độ nhưng tổ tiên vì tránh kẻ thù nên di cư sang sống tại vùng Giao Quảng.[1] Sau lại dời đến ở đất Kim Lăng rồi mới sinh ra Cát Tạng vào năm 549. Từ nhỏ ngài đã có căn lành, được cha đưa đến gặp ngài Chơn Đế. Ngài Chơn Đế vừa gặp đã biết là bậc pháp khí về sau, nên mới đặt tên cho là Cát Tạng. Cha ngài sau cũng xuất gia, pháp danh là Đạo Lượng.

Cát Tạng 7 tuổi đã xuất gia, theo học với ngài Pháp Lãng. Năm 14 tuổi đã được Pháp Lãng dạy cho học bộ *Bách luận*. Từ đó về sau học một biết mười, thông tuệ hơn người. Sau khi thọ Cụ túc giới càng được rất nhiều người kính phục theo học. Trần Quế Dương Vương lúc bấy giờ hết sức tôn kính, đặc biệt đối đãi như bậc thánh tăng.

Nhà Trần suy sụp, quân Tùy đánh lấy Kiến Khương, xã hội cực kỳ hỗn loạn. Ngài không sợ nguy hiểm, đi khắp các tự viện thâu góp kinh luận Phật giáo, vì sợ binh lửa hủy hoại mất đi. Đến khi chiến tranh tạm yên, ngài lại bỏ công đọc lại và chỉnh lý tất cả những kinh luận đã thâu góp được. Cũng

---

[1] Vùng này nay có một phần thuộc Việt Nam, một phần thuộc Quảng Tây, Trung Quốc.

nhờ vậy mà học lực của ngài trở nên uyên bác không ai sánh bằng.

Sau ngài đến ở chùa Gia Tường, hoằng dương chánh pháp. Người theo học rất đông, lúc nào cũng có đến hơn ngàn người. Người bấy giờ tôn xưng ngài là *Gia Tường Đại sư*. Ngài có trước tác bộ *Tam luận huyền nghĩa*,[1] giảng rõ yếu lý trong cả ba bộ luận của *Tam luận tông*, cùng với nhiều chỗ kiến giải mới, nên người đời thường gọi là *Tân Tam luận*. Ngài viên tịch vào năm 623.

Trong số đệ tử của ngài Cát Tạng, có một vị tăng người Cao Ly[2] tên là *Huệ Quán*, theo học với ngài ở chùa Gia Tường, nắm được yếu nghĩa của Tam luận. Về sau, *Huệ Quán* mang giáo pháp *Tam luận tông* sang truyền bá ở Nhật Bản, trở thành vị Sơ tổ của *Tam luận tông* tại Nhật Bản. *Huệ Quán* cũng là người cùng với *Khuyến Lặc* khai sáng *Thành thật tông* ở Nhật Bản.

HỌC THUYẾT

A. Hai sự cực đoan: Ngay từ thời đức Phật, đã có rất nhiều người học Phật rơi vào hai sự cực đoan.

Khi Phật dạy pháp *Tứ đế*, chỉ ra rằng cuộc đời này đầy dẫy những khổ đau, một số người liền chấp chặt vào thực tại đau khổ đó. Họ cho rằng mục đích của việc tu tập là phải làm sao trừ hết những sự đau khổ, vì chúng là thật có, vì thế giới này là thật có. Những người này đã rơi vào phía cực đoan gọi là *"chấp có"*. Do không nắm hiểu trọn vẹn giáo pháp mà Phật giảng dạy, họ sinh tâm nhàm chán, sợ sệt những khổ đau trong cuộc sống và xuất gia tu tập để mong tránh né sự đau khổ. Họ không hiểu rằng sự tu tập là để dứt trừ tận gốc

---

[1] Bộ luận này được xếp vào Đại Chánh tân tu Đại tạng kinh, quyển 45, kinh số 1852, trang 1.

[2] Nước Cao Ly, ngày nay tức là Triều Tiên (Hàn Quốc).

rễ của khổ đau chứ không phải là để tránh né chúng. Do sự phát tâm sai lầm như thế, những người này chỉ có thể đạt được những sự thanh thản, an vui giả tạo, nhất thời khi sống theo đời sống xuất gia, nhưng thật sự về lâu dài thì họ vẫn quay vòng mãi trong những khổ đau của cuộc đời, vì sự tu tập sai lầm của họ không thể giúp họ giải thoát trọn vẹn được.

Khi Phật dạy pháp *Thập nhị nhân duyên*, chỉ ra rằng tất cả mọi hiện tượng trong thế giới này đều chỉ là do các nhân duyên giả hợp mà thành, một số người khác liền chấp chặt vào tính chất không thật có ấy. Họ cho rằng vì tất cả chỉ là sự giả hợp tạm thời của các nhân duyên, nên không có gì là thật có. Thế giới này là không, mọi sự đau khổ hay giải thoát cũng đều là không. Những người này đã rơi vào phía cực đoan thứ hai gọi là *"chấp không"*. Do không nắm hiểu trọn vẹn giáo pháp mà Phật giảng dạy, họ sinh tâm giải đãi, cho rằng tất cả đều chỉ là trống rỗng, hư vô, nên không có gì cần thiết phải nỗ lực tu tập hay thực hiện các điều lành. Khi nhìn cuộc đời theo cách này, nhất thời họ có thể xả bỏ được rất nhiều sự tham đắm, trói buộc, và cảm thấy nhẹ nhõm đi rất nhiều vì không còn phải chạy theo những thôi thúc của tham dục hay sân hận. Tuy nhiên, đó không phải là chỗ giải thoát rốt ráo mà pháp Phật nhắm đến, bởi vì trải qua thời gian thì sự sai lầm của họ sẽ bộc lộ ra khi họ nhận biết rằng mình không có bất cứ động lực chính đáng nào để tinh tấn tu tập cả.

Dù là *chấp có* hay *chấp không*, những cách hiểu cực đoan này đều không phải là chân lý, bởi sự thật là chúng không thể giúp người tu đạt đến sự giải thoát. Vì chúng sinh chìm đắm trong bể khổ mà hoàn toàn không nhận biết rằng mình đang khổ, nên đức Phật mới gióng lên hồi chuông *Tứ đế*, trước hết chỉ ra cho họ thấy rằng cuộc đời này vốn đầy dẫy những khổ đau. Vì chúng sinh chìm đắm trong sự tham lam, sân hận, nên đức Phật mới gióng lên hồi chuông *Thập nhị nhân duyên*, chỉ ra cho họ thấy rằng những thứ mà họ say mê, ôm ấp, giành giật lẫn nhau, thật ra chẳng có gì đáng để như thế cả. Chúng chỉ là những bóng dáng hư ảo, sự giả hợp tạm thời của các nhân duyên, và vì thế không hề thật có.

Giáo pháp *Tứ đế* hay *Thập nhị nhân duyên* đều là chân thật, đúng đắn. Chỉ có sự sai lầm ở phía người học đạo, không nắm rõ được yếu nghĩa của giáo pháp nên mới rơi vào sự cực đoan. Nếu nhận biết cuộc đời là đau khổ để tiếp tục tu tập các pháp diệt khổ, thực hành *Bát chánh đạo*, thì đến một lúc nào đó người tu sẽ tự mình nhận biết rằng chính những đau khổ trong cuộc đời này tự nó cũng là không thật có. Khi đó, họ sẽ được giải thoát khỏi tư tưởng chấp có. Nếu nhận biết rằng cuộc đời này chỉ là nhân duyên giả hợp, hư ảo, để tiếp tục tu tập phá trừ vô minh, chặt đứt chuỗi mắt xích 12 nhân duyên, thì lúc đó người tu sẽ nhận ra rằng tuy tất cả là hư ảo, không thật, nhưng sự tu tập giải thoát, *Niết-bàn* an lạc vẫn là thật có; bên ngoài các pháp thế gian do nhân duyên hội tụ, vẫn còn có các pháp xuất thế gian không phải do nhân duyên hợp thành, và vì thế mà thường hằng bất biến.

Có và *không* chỉ là những khái niệm tương đối do chính con người dựng lên để mô tả thế giới này. Khi nhìn nhận được bản chất thực sự của đời sống, của thực tại, thì cho dù chúng ta có gọi đó là *có* hay là *không* cũng vẫn không làm thay đổi bản chất thực sự của nó. Chính vì vậy, chân lý rốt ráo của người học đạo phải là sự vượt thoát ra khỏi cả hai khái niệm *có* và *không*. Bởi vì cả hai sự chấp chặt đó đều là cực đoan và sai lầm.

B. Giáo lý Tam luận: Trước hết là bộ *Trung luận*, nói đủ là *Trung quán luận*. *Trung* tức là khoảng giữa, trung bình, không nghiêng về hai bên; *quán* là quán xét, thường là bằng phương pháp tham thiền. Như vậy, *trung quán* có nghĩa là quán xét về cái mức độ trung bình, cái khoảng giữa trong sự tu tập, để không thiên lệch về bất cứ bên nào.

Vì được viết theo thể luận, nên trọng tâm của tác phẩm này là nêu lên những lý lẽ của những người *chấp có* và *chấp không* để chỉ rõ những chỗ sai lầm, rồi từ đó dẫn dắt người đọc đạt đến chỗ *khoảng giữa*, tức là một cách nhìn nhận đúng mức, hợp chân lý. Toàn bộ *Trung luận* có hai mươi bảy phẩm. Hai mươi lăm phẩm đầu biện bác những ý tưởng sai lầm nghiêng về *chấp không* của một số người học theo *Trung thừa*, và hai phẩm sau biện bác những ý tưởng sai lầm nghiêng về chấp có của một số người học theo *Tiểu thừa*.

Bộ *Thập nhị môn luận* có mười hai chương, gọi là mười hai môn, nên có tên là "*Thập nhị môn*". Về nội dung, bộ luận này hiển bày nghĩa "*không*" của *Đại thừa*, có thể chia làm ba phẩm. Phẩm thứ nhất nói về *tánh không*, phẩm thứ hai nói về lý *vô tướng*, phẩm thứ ba nói về lý *vô tác*. Tựu trung cả bộ luận đều nhằm nói lên lý "*vô sinh*" của tất cả các pháp, và do đó tất cánh đều là không. Về cấu trúc, toàn bộ luận được biên soạn dựa trên 26 bài kệ chính cùng với phần giải thích các bài kệ đó. Người đời sau phân tích các bài kệ này, thấy có 17 bài trích từ bộ *Trung luận*, 2 bài trích từ bộ *Thất thập không tánh luận*, có ý kiến cho rằng đây là tác phẩm của ngài *Tân-già-la* (*Piṅgalanetra* - Thanh Mục) chứ không phải của Bồ Tát Long Thụ. Dù sao, đây cũng chỉ là giả thuyết mà thôi, vẫn chưa xác định chắc chắn được.

Bộ *Bách luận* của *Đề-bà* được soạn sau khi biện bác tất cả những lập luận của các phái ngoại đạo, nên nội dung chính là ghi lại những lý lẽ đã dùng để chỉ ra sự sai lầm của bọn họ. Bộ luận này nguyên khi mới soạn ra có 20 phẩm, mỗi phẩm gồm có 5 bài kệ và phần luận thích, tổng cộng 100 bài kệ nên gọi là *Bách luận*. Tuy nhiên, hiện nay bản Phạn văn đã mất, bản dịch Hán văn của ngài *Cưu-ma-la-thập* gồm lại thành mười phẩm, chia ra 2 quyển. Ngoài việc biện bác các quan điểm của ngoại đạo, còn có những phần chỉ ra các ý tưởng sai lầm của chính những người học Phật.

C. Học thuyết: Học thuyết của *Tam luận tông* nhấn mạnh vào ý nghĩa *trung đạo*, phá trừ hết những ý kiến *chấp có* và *chấp không*. Đạt được nhận thức đúng như vậy gọi là thấu triệt được *tánh không* của vạn pháp.

Đúng như tên gọi, *Tam luận tông* là một học phái đặc biệt chú trọng đến sự biện luận, bác bỏ những kiến giải sai lầm. Người học đạo nếu trừ bỏ hết những kiến giải sai lầm, không rơi vào tà kiến, thì trí tuệ tự nhiên hiển lộ, nhận rõ được chân lý. Chính Bồ Tát Long Thụ khi khai sáng tông này cũng chủ yếu là dùng tài biện bác để phá trừ mọi luận thuyết sai lầm. Chính nhờ ngài phá trừ hết các ý tưởng sai lầm mà các đệ tử của ngài tự nhiên nhìn rõ ra được ý nghĩa *trung đạo*, thấu hiểu được lý *chân không*, tức là *tánh không* chân thật.

Học thuyết của *Tam luận tông* tuy nói là dựa vào ba bộ luận của các vị Tổ sư, nhưng kỳ thật các bộ luận này cũng là y cứ nơi các kinh *Đại thừa* mà lập thuyết. Giáo pháp uyên thâm rộng lớn, khó có thể nói khái quát được hết, nhưng tựu trung có hai phần giáo lý có thể xem là đặc thù nhất so với các tông khác:

1. Vô sở đắc: *Tam luận tông* chủ trương chân lý rốt ráo không có tu chứng, không phải do dụng công mà đạt được. Về bản chất, hết thảy chúng sinh vốn đều sẵn có tánh Phật, không có mê, không có ngộ, thật tánh các pháp đều trạm nhiên tịch diệt, thật không hề có cái gọi là *"Phật"* để tu chứng mà thành. Tất cả chỉ là những khái niệm hư dối do con người đặt ra để gọi tên các pháp, từ đó phân ra thế này là *mê*, thế này là *ngộ*, thế này là *thành*, thế này là *chẳng thành*... Tánh Phật tuy sẵn có, nhưng hết thảy chúng sinh căn trí bất đồng, có kẻ lợi căn sáng trí, có người độn căn thấp trí. Do đó mà chỗ giác ngộ có mau có chậm, thành ra khác biệt nhau. Tất cả đều là do phiền não khách trần che lấp, khiến cho phải trôi lăn trong sinh tử. Chỉ cần trừ sạch những bụi bặm che lấp ấy, tâm ý tự nhiên trở về trạm nhiên tịch tĩnh, tánh giác ban sơ tự nhiên hiển lộ. Đó gọi là thành Phật, gọi là giác ngộ, nhưng kỳ thật không có gì là thành, không có gì là được cả. Cho nên nói là *vô sở đắc*.

2. Bát bất trung đạo: *Tam luận tông* chủ trương *phá tà để hiển chánh*, nên đưa ra thuyết "*bát bất trung đạo*" để chỉ rõ những sự mê lầm của người đời. Thuyết này phủ nhận tám điều là không có (*bát bất*) để hiển lộ ra con đường *trung đạo* ở khoảng giữa. Tám điều ấy chia làm bốn cặp đối đãi nhau, gồm có: *sinh - diệt, thường - đoạn, nhất - dị, lai - xuất*. Những cặp đối đãi này xét cho cùng đều dựa vào nhau mà có. Không có *sinh ra* thì không thể có *diệt mất*; không có *thường tồn* thì không thể có *ngắn ngủi*, không có *đồng nhất* thì không thể có *khác biệt*; không có *tìm đến* thì không thể có *rời đi*. Nhận biết được tánh không của các pháp thì có thể thấy rõ được tất cả những khái niệm ấy chỉ là danh từ giả lập, không thật có. Vì thế, *Tam luận tông* dạy người tu tập quán xét tám điều này là *bất sinh, bất diệt, bất thường, bất đoạn, bất nhất, bất dị, bất lai, bất xuất*. Trong đó, quán xét các lẽ *không sinh, không diệt, không thường, không đoạn* là để phá bỏ kiến chấp sai lầm về thời gian. Còn quán xét các lẽ *không đồng nhất, không khác biệt, không tìm đến, không rời đi* là để phá bỏ kiến chấp sai lầm về không gian. Người tu quán xét tám điều này đến chỗ rốt ráo thì có thể nhận biết được lý *trung đạo*, hay là *tánh không* chân thật của các pháp.

6

HOA NGHIÊM TÔNG
華嚴宗
(Kegon-shū)

Khai tổ: Bồ Tát *Mã Minh* (*Aśvaghosa*) vào khoảng thế kỷ 1 và Bồ Tát *Long Thụ* (*Nāgārjuna*) khoảng thế kỷ 2, 3 ở Ấn Độ.

Giác Hiền (*Bodhibhadra*) dịch kinh *Hoa nghiêm* vào khoảng đầu thế kỷ 5. *Đỗ Thuận* truyền bá *Hoa nghiêm tông* ở Trung Hoa vào thế kỷ 7.

Đạo Tuyền truyền sang Nhật Bản từ năm 736.

Giáo lý căn bản: Kinh *Hoa nghiêm* (*Avataṃsaka-sūtra*)

Tông chỉ: Tất cả các pháp đều do duyên khởi và phụ thuộc lẫn nhau, cái này sinh thì cái kia sinh, cái này diệt thì cái kia diệt, không một pháp nào có thể tồn tại độc lập trong thế giới này, cho đến giữa một hạt bụi nhỏ nhất với một cõi thế giới to lớn nhất trong vũ trụ cũng đều có sự tương quan mật thiết với nhau.

LỊCH SỬ

Tông này lấy bộ kinh Hoa nghiêm làm nền tảng, nên gọi tên là Hoa nghiêm tông. Kinh Hoa nghiêm có tên gọi đầy đủ là Đại Phương Quảng Phật Hoa nghiêm Kinh, là một trong những bộ kinh rất uyên áo, sâu xa. Sau khi thành đạo, đức Phật đã vì các vị Đại Bồ Tát như Văn-thù, Phổ Hiền... mà thuyết giảng kinh này chứ không phải dành cho những vị đệ tử mới học đạo. Tương truyền khi kết tập kinh điển thì kinh này đã thất truyền. Phải đến khoảng 700 năm sau, khi Bồ Tát Long Thụ ra đời, sau khi chứng ngộ mới dùng thần thông hiện đến cung điện của Long vương, tìm thấy nơi ấy có cất giữ ba bản kinh Hoa nghiêm. Tuy nhiên, trong đó có hai bản nghĩa lý quá sâu xa huyền diệu, trí huệ của người đời không thể nhận hiểu nổi. Ngài liền xem qua bản thứ ba, thấy có một trăm ngàn bài kệ, chia làm 48 phẩm (có thuyết nói là 38), nghĩa lý có thể truyền dạy cho người đời được, liền mang về Ấn Độ. Tuy nhiên, có thuyết khác nói rằng trước đó, Bồ Tát Mã Minh cũng là người thông hiểu về kinh Hoa nghiêm.

Vào đời Đông Tấn, năm Nghĩa Hy thứ 14 (418), ngài *Phật-đà-bạt-đà-la* (*Buddhabhadra - Giác Hiền*) là một tăng sĩ từ Ấn Độ sang Trung Hoa, lần đầu tiên dịch kinh *Hoa nghiêm* sang Hán văn, có 60 quyển. Về sau, người ta gọi bản dịch này là *Cựu Hoa nghiêm kinh*.

Đến đời Đường, vào năm 699, ngài *Thật-xoa-nan-đà* lại dịch kinh *Hoa nghiêm* sang Hán văn. Bản dịch lần này có 80 quyển, về sau được gọi là *Tân Hoa nghiêm kinh*.

Nhưng phải đến ngài *Đỗ Thuận* thì *Hoa nghiêm tông* mới chính thức được khai sáng, trở thành một trong các tông phái lớn của Trung Hoa.

Ngài *Đỗ Thuận* sinh năm 557, viên tịch ngày rằm tháng 11 năm Trinh Quán thứ 14 (640) tại chùa Nghĩa Thiện ở Nam Giao.

Ngài họ Đỗ, tên húy là *Pháp Thuận*, hiệu là *Đế Tâm Tôn giả*, đương thời tôn xưng là *Đôn Hoàng Bồ Tát*. Ngài tư chất thông minh, đạo hạnh cao vời, người bấy giờ đều tin rằng ngài chính là Bồ Tát *Văn-thù* giáng thế.

Năm 18 tuổi ngài xuất gia tại chùa Nhân Thánh, theo học Thiền với ngài Tăng Trân. Về sau, ngài vào ẩn cư trong núi

Chung Nam, xiển dương giáo lý *Hoa nghiêm*, người tìm đến học với ngài rất đông, có cả hai giới xuất gia và tại gia. Vua Đường Thái Tông nghe biết về đức độ của ngài, truyền thỉnh vào cung diện kiến, đối đãi rất cung kính. Về sau, trong thời gian cuối đời ngài đi khắp mọi nơi, khuyên người niệm Phật *A-di-đà* và có trước tác văn xưng tán Tịnh độ.

Sau ngài Đỗ Thuận, *Hoa nghiêm tông* tiếp tục được truyền nối và phổ biến. Tổ thứ hai là ngài *Vân Hoa Trí Nghiễm*, tổ thứ ba là ngài *Hiền Thủ Pháp Tạng*. Ngài *Hiền Thủ* có công lớn trong việc hoàn chỉnh phần giáo lý *Hoa nghiêm tông* do các vị Tổ sư đời trước truyền lại, khiến cho tông này được hưng thịnh, nên người bấy giờ cũng gọi *Hoa nghiêm tông* là *Hiền Thủ tông*.

Ngài *Thanh Lương Trừng Quán* tiếp nối làm tổ thứ tư, có soạn bản *Đại sớ sao* chú giải về kinh *Hoa nghiêm* rất tinh vi, rành mạch, giúp cho người học có thể tiếp thu giáo lý *Hoa nghiêm tông* một cách dễ dàng hơn. Nhờ vậy, tông này vào thời của ngài càng thêm phát triển, cũng được người đời gọi là *Thanh Lương tông*.

Vị tổ thứ năm là ngài *Khuê Phong Tông Mật*, là một vị thiền sư. Ngài *Khuê Phong* thông hiểu kinh *Viên giác*, có soạn sớ giải cho kinh này. Ngài cũng kết hợp phần giáo lý kinh Viên giác với kinh *Hoa nghiêm* để giúp người tu tập thể nhập vào một cảnh giới giải thoát cao siêu hơn.

Sau khi ngài *Tông Mật* viên tịch không lâu thì gặp phải pháp nạn đời Đường Võ Tông vào năm 845, kinh luận bị thiêu hủy rất nhiều, *Hoa nghiêm tông* từ đó phải tạm suy vi.

Phải đợi đến đời Tống mới có ngài *Tử Tuyền* đứng ra trùng hưng *Hoa nghiêm tông*. Ngài sinh năm 965, viên tịch năm 1038. Đệ tử của ngài là *Tịnh Nguyên* cũng có soạn sớ giải kinh, lại thêm có bốn vị *Đạo Đình, Quan Phục, Sư Hội, Hy Địch*, mỗi vị đều có soạn chú giải về năm phần giáo của

Hoa nghiêm tông. Nhờ đó mà tông này được hưng thịnh trở lại. Người đời tôn xưng bốn vị này là *Tứ đại gia* đời Tống.

Truyền nối về sau, *Hoa nghiêm tông* tiếp tục có rất nhiều bậc danh tăng đạo cao đức trọng, như đời Nguyên (1279 - 1368) có các ngài *Phổ Thuỵ, Viên Giác, Bổn Hao, Bàn Cốc, Văn Tài, Đạt Ích Ba...* ; đời Minh (1368 - 1644) có các vị *Đức Thanh, Cổ Đình, Lý Trác Ngô, Đạo Thông, Như Phi, Tổ Trụ*...; sang đời nhà Thanh còn có các vị *Chu Khắc Phục, Tục Pháp...*

Đó là lược nói qua về sự truyền nối tông *Hoa nghiêm* ở Trung Hoa. Còn *Hoa nghiêm tông* ở Nhật Bản thì Tổ sư khai sáng là ngài *Đạo Tuyền*. Ngài sinh năm 702, viên tịch năm 760, quê ở Hứa Châu, Hà Nam, Trung Hoa. Ngài xuất gia từ nhỏ, thọ *Cụ túc giới* và theo học *Luật tạng* với ngài Định Tân, sau mới theo ngài *Phổ Tịch* học giáo lý *Hoa nghiêm* và Thiền học.

Tháng 11 năm 722, thiên hoàng Nhật Bản lần đầu tiên cho sao chép bản *Tân Hoa nghiêm kinh* (bản dịch của ngài *Thật-xoa-nan-đà*) tại Nhật Bản. Đến tháng 7 năm 736, thỉnh ngài *Đạo Tuyền* sang Nhật Bản thuyết pháp. Ngài mang theo rất nhiều các bản chú giải kinh *Hoa nghiêm* sang thuyết giảng ở Nhật, đệ tử theo học rất đông. Sau đó ngài thường đi khắp nơi giảng dạy về giới luật, từng nhận lời đến ở chùa *Đông Đại* (Todaiji) giảng thuyết pháp yếu. Đối với sự nghiệp hoằng truyền Phật giáo ở Nhật Bản vào khoảng đầu thời kỳ *Nại Lương*, ngài là người có công rất lớn. Ngài không chỉ khai sáng *Hoa nghiêm tông* ở Nhật Bản, mà còn là tổ sư thứ hai của *Thiền tông* tại Nhật Bản.

Đến năm 740, thiên hoàng Nhật Bản lại thỉnh một vị tăng người Triều Tiên là *Thẩm Tường* sang giảng Kinh *Hoa nghiêm* tại chùa *Đông Đại* (Todaiji). Vị này giảng thuyết kinh *Hoa nghiêm* tại đó trong ba năm.

Hoa nghiêm tông ở Nhật sau đó truyền đến vị tăng Nhật Bản là *Lương Biện*, được Thánh Võ Thiên hoàng (724 - 749) rất tôn kính, ra sắc chỉ cho xây dựng chùa *Đông Đại* thành tổ đình của *Hoa nghiêm tông*. Sau đó truyền đến các vị *Thật Trung, Đẳng Định, Chánh Tấn*... đều là những bậc cao tăng. Cho đến đời ngài *Quang Trí* thì *Hoa nghiêm tông* trở nên rất hưng thịnh. Ngài có xây dựng *Tôn Thắng Viện* để làm nơi chuyên tu tập giáo nghĩa *Hoa nghiêm*.

Cho đến nay, tại Nhật Bản vẫn còn rất nhiều vị cao tăng tinh thông giáo lý *Hoa nghiêm tông*, hiện ở Nhật hiện nay có 27 ngôi chùa thuộc tông này, 48 vị tăng, 200 vị cư sĩ tu tập tại gia và 22.000 tín đồ kính ngưỡng thường lui tới lễ bái cúng dường.[1]

HỌC THUYẾT

A. Tánh Phật trong giáo lý *Hoa nghiêm*: Theo giáo lý *Hoa nghiêm*, hết thảy vạn pháp trong vũ trụ đều có chung một thể tánh căn bản, tuyệt đối, đó là tánh Phật. Cho dù là những pháp thuộc về tinh thần hay vật chất, cho dù là chư Phật, người phàm, các loài súc sinh hay vạn vật vô tình, cũng đều là chung một thể tánh ấy, không hề sai khác. Thể tánh tuyệt đối ấy gọi là *tánh Phật*, cũng gọi là *chân như*.

Tuy là cùng một thể tánh, nhưng do những nhân duyên trần cảnh khác nhau mà biểu hiện ra thành muôn hình vạn trạng khác nhau. Ví như nước biển thì ở đâu cũng giống nhau, nhưng ta thấy có vùng biển êm sóng lặng, lại có vùng biển động sóng xô. Tuy là rất khác biệt nhau nhưng kỳ thật vẫn là cùng chung một thể tánh. *Tánh Phật* hay *chân như* cũng ví như cái tánh chung của nước biển, đâu đâu cũng đều giống nhau, nhưng tùy theo điều kiện thời tiết, gió bão, vị trí

---

[1] Các số liệu này là vào thập niên 70 của thế kỷ 20.

vùng biển... mà chúng ta thấy có sự yên tĩnh hay xao động, thậm chí có khi cuồng nộ như sóng thần...

Học thuyết của *Hoa nghiêm tông* rất sâu xa, huyền diệu, không thể tóm lại một cách khái quát cho hết được. Tuy nhiên, nếu phải nêu lên những điểm cốt yếu nhất thì đó chính là nguyên lý *tương sinh tương khởi*, dựa trên khái niệm về *thể tánh nhất như* của vạn pháp như vừa nói trên.

Nguyên lý *tương sinh tương khởi* chỉ ra rằng hết thảy vạn vật trong vũ trụ đều có quan hệ mật thiết với nhau, không có bất cứ một vật thể, một hiện tượng tinh thần hay thể chất nào lại có thể tự nó sinh khởi và tồn tại, cho đến một hạt bụi rất nhỏ cũng không thoát ra ngoài nguyên lý này. Vì thế, sự sinh khởi của một sự vật có liên quan đến mọi sự vật khác, và ngược lại, nó cũng chịu sự chi phối của tất cả. Nguyên lý này thường được phát biểu một cách khái quát như sau: *"Cái này sinh thì cái kia sinh, cái này diệt thì cái kia diệt."*

Sự tương sinh tương khởi như vậy thường được gọi là *"y tha khởi"*, nghĩa là mọi sự sinh khởi đều phải dựa vào *"cái khác"*. Một cách hình tượng hơn, các nhà nghiên cứu kinh *Hoa nghiêm* thường gọi tên nguyên lý này là *"trùng trùng duyên khởi"*.

Đối với những ai chưa từng tiếp xúc với giáo lý này, có thể sẽ thấy rằng nó hơi mơ hồ và khó hiểu. Tuy nhiên, sự thật là nó nêu lên một chân lý bao trùm cả vũ trụ này, cho nên cũng luôn diễn ra quanh ta trong cuộc sống hằng ngày chứ không hề xa lạ hay mơ hồ.

Nếu để tâm suy xét kỹ, ta sẽ thấy quanh ta luôn có những mối tương quan mật thiết gắn liền với tất cả. Khi ta nhả ra một hơi khói thuốc, và ta có thể cho là chẳng có gì đáng nói. Nhưng ta có biết đâu sự ô nhiễm của khói thuốc là có thật, và chừng nào ta chưa ngưng việc hút thuốc lá thì môi trường quanh ta vẫn còn bị ô nhiễm hơn ở một mức độ nhất định mà ta không thể phủ nhận. Nếu chúng ta hình dung có hàng triệu, hay thậm chí là hàng tỷ người đang cùng lúc nhả khói thuốc như ta, và ta biết chắc rằng bầu khí quyển của chúng ta là một môi trường khép kín, thì ta sẽ dễ dàng biết được ngay là vấn đề không đơn giản chút nào! Tương tự như vậy, *sự sinh khởi hay diệt mất của bất cứ sự vật nào trong vũ trụ này cũng đều có mối liên quan nhất định với tất cả những sự vật khác.*

Và vì có mối quan hệ như thế, nên sự giác ngộ của mỗi một vị Phật trong vũ trụ này tất yếu cũng là có liên quan đến tất cả chúng sinh; và ngược lại, sự mê lầm của mỗi chúng sinh cũng đều có liên quan đến tất cả chư Phật. Tánh giác của chư Phật hiện hữu trong toàn vũ trụ, cho đến hiện hữu ngay trong một hạt bụi rất nhỏ. Vì thế, trong mỗi một hạt bụi đều có đủ cả hằng hà sa số thế giới Phật.

Không những thế, mối tương quan này không chỉ là về mặt không gian, mà còn là cả về mặt thời gian nữa. Mỗi một sự vật đang hiện hữu đều bao hàm trong nó cả quá khứ và tương lai. Chúng ta không thể hình dung có một cây xoài đứng trước mặt ta nếu trong quá khứ chưa từng có hạt xoài, cây xoài con... Cho nên, trong cây xoài hiện tại cũng hàm chứa cả quá khứ của nó. Và tương tự như vậy, nó cũng sẵn có trong đó một cây xoài già cỗi của tương lai. Hết thảy vạn vật trong vũ trụ đều là như thế. Chư Phật quá khứ cũng có mặt trong chư Phật hiện tại, và cũng sẵn có chư Phật vị lai. Nói tóm lại, nếu nhìn bằng đôi mắt quán xét theo giáo lý *Hoa nghiêm*, chúng ta sẽ có thể nhận thấy được toàn thể vũ trụ từ vô thủy đến vô chung đều hiển hiện trong một hạt bụi nhỏ; cũng như trong toàn thể vũ trụ đều có ảnh hiện hạt bụi ấy.

Khi vị tổ thứ ba của *Hoa nghiêm tông* là Hiền Thủ Đại sư giảng về giáo lý *Hoa nghiêm*, có lần ngài nhận thấy đại chúng còn hoang mang không hiểu. Ngài liền sai mang đến một số gương soi và xếp dọc theo hai bên tường, sao cho tấm gương ở vị trí cuối cùng cũng phản chiếu được tất cả những tấm khác trong đó. Như vậy, khi nhìn vào bất cứ tấm gương nào, người ta cũng thấy được hết thảy những tấm gương khác. Khi ấy, các vị đệ tử liền nhận ra được thế nào là tính chất tương quan của vạn vật trong toàn thể pháp giới.

Nguyên lý *tương sinh tương khởi* giúp người tu tập có một tầm nhìn bao quát và đúng thật về thực tại. Nó cũng mở rộng mục đích giải thoát theo đúng hướng của giáo nghĩa *Đại thừa*. Bởi vì không thể có sự giải thoát rốt ráo khi chúng sinh còn mê lầm, cho nên các vị Bồ Tát mới phát tâm độ tận chúng sinh trước khi thành chánh giác, hoàn toàn khác hẳn với tinh thần của *Tiểu thừa* luôn hướng đến sự giải thoát cho tự thân.

Về mặt khái quát, tổng thể là như vậy, còn về cấu trúc chi tiết thì phần giáo lý hoàn chỉnh của *Hoa nghiêm tông* được chia ra là năm phần giáo, phù hợp với các mức độ tu tập từ thấp lên cao của tất cả chúng sinh.

B. Hoa nghiêm ngũ phần giáo: Từ bậc khởi đầu cho đến phần giáo lý rốt ráo sau cùng của *Hoa nghiêm* tông được các vị Tổ sư phân chia thành năm bậc, gọi là *Hoa nghiêm ngũ phần giáo*.

Bậc thấp nhất là *Tiểu thừa giáo* được dùng để tiếp nhận những người sơ cơ, căn trí thấp kém, vì thế chỉ dạy những điều dễ hiểu, dễ tiếp nhận, có ý nghĩa giúp người ta xa dần các tư tưởng ác và hướng nhiều hơn đến các điều lành. *Tiểu thừa giáo* có thể nói là phần giáo lý mà chỉ cần có đức tin là ai cũng theo học và thực hiện được.

Bậc thứ hai là *Đại thừa Thủy giáo*, dạy về *tánh không* của các pháp, giúp người tu lìa bỏ những kiến chấp hạn hẹp của *Tiểu thừa* mà mở rộng dần sang giáo lý *Đại thừa*.

Bậc thứ ba là *Chung giáo*, dạy về *tánh Phật* sẵn có nơi tất cả chúng sinh, và do đó mà xác quyết rằng bất cứ ai cũng có thể thành Phật. Giáo lý này dạy rằng, dù có mê lầm trôi lăn trong sinh tử, nhưng tánh Phật vẫn không bao giờ mất đi. Do nơi tánh Phật này mà tất cả chúng sinh đều tương đồng với chư Phật, đều có thể làm Phật trong tương lai. Nhận hiểu được điều này, người tu tập dù trải qua bao nhiêu gian khó hay nghịch cảnh cũng không nản lòng, vì tin chắc rằng sẽ có một ngày hiển lộ được tánh Phật của chính mình.

Bậc thứ tư là *Đốn giáo*, dạy về khả năng đốn ngộ, hay giác ngộ tức thời. Giáo lý này dạy rằng chỉ cần giữ sạch mọi phiền não khách trần che lấp thì tự tánh giác ngộ sẽ tự nhiên hiển bày. Điều này phụ thuộc nơi sự trực nhận tánh giác của chúng ta chứ không phải do sự khổ công tu hành mà được. Vì vậy, nếu có thể trực nhận thì ngay tức thời chỉ trong một *sát-na* đã có thể đồng với chư Phật, bằng không thể trực nhận thì dù có trải qua muôn kiếp tu hành cũng vẫn là ở trong vòng mê muội. Đây là phần giáo lý cao siêu chỉ dành cho các bậc thượng căn thượng trí, nếu người sơ cơ mà tiếp nhận giáo lý này thì chắc chắn sẽ dẫn đến những sự lầm lạc rất nguy hại. Các nhà học Phật thường so sánh phần giáo lý này của *Hoa nghiêm tông* với thuyết *đốn ngộ* của Thiền Nam tông, được xiển dương kể từ Lục tổ *Huệ Năng*.

Bậc thứ năm là *Viên giáo*, phần giáo lý được xem là rốt ráo, trọn vẹn nhất, cũng như một cái vòng tròn, không thể thêm vào hay bớt đi bất cứ một điểm nào trên đó mà không làm mất đi tính chất tròn trịa của nó. Tính chất tròn đầy này thể hiện ở việc hành giả chỉ cần tu tập trọn vẹn một phần công hạnh nào đó thì tất cả những công hạnh khác cũng tự nhiên đầy đủ. Chỉ cần dứt sạch được một sự mê lầm nào đó thì tất cả mọi sự mê lầm khác cũng tự nhiên tan biến hết. Như người ngủ mê nhìn thấy đủ mọi hình tượng, mọi sự việc trong giấc mộng. Chỉ cần tỉnh giấc thì tất cả mọi hình tượng, sự việc ấy đều mất hết. Cho dù sự tỉnh thức của người ấy là nhờ vào bất cứ lý do gì, thì những điều trong mộng cũng đều tự nhiên không còn nữa.

Hơn thế nữa, giáo lý này còn chỉ ra rằng không chỉ không gian mà cả thời gian cũng chỉ là những ý niệm sai lầm do tình thức[1] mê muội của chúng sinh tạo thành. Do đó, một khi đã giác ngộ thì có thể thấy được trọn cả vô lượng kiếp quá khứ, hiện tại và vị lai trong chỉ một sát-na. Và vì thế, cho dù là vô lượng kiếp cũng không phải là dài lâu, mà chỉ một *sát-na* cũng không phải là ngắn ngủi. Đây là phần giáo lý cao siêu nhất, chỉ có thể nhận hiểu bằng sự tu tập hành trì để trực nhận chứ không phải thông qua sự suy diễn lý luận như đối với các học thuyết thế gian thông thường.

---

[1] Tình thức (情識): sự nhận biết hư vọng, mê lầm dựa trên những tình cảm, dục vọng của phàm phu.

THIÊN THAI TÔNG
天 台 宗
(Tendai-shū)

Khai tổ: Trí Khải Đại sư sáng lập vào thế kỷ 6 tại Trung Hoa.

Truyền Giáo Đại sư truyền sang Nhật Bản vào thế kỷ 9.

Giáo lý căn bản: Kinh Diệu Pháp Liên Hoa (Saddharma-puṇḍarīka-sūtra)

Tông chỉ: Tất cả chúng sinh đều có tánh Phật, đều có thể giác ngộ thành Phật.

LỊCH SỬ

Tên gọi Thiên Thai là theo tên núi Thiên Thai, nơi vị tổ sư khai sáng tông này cư ngụ. Nhân vì lấy kinh Diệu Pháp Liên Hoa làm yếu chỉ nên người ta cũng thường gọi là Pháp Hoa tông.

Tông này được sáng lập vào khoảng thế kỷ 6, được truyền bá sâu rộng và phát triển mạnh mẽ cho đến khoảng thế kỷ 14 mới suy dần, chủ yếu là do ảnh hưởng phát triển quá nhanh chóng của *Tịnh độ tông* vào lúc đó.

Đại sư Trí Khải khi chưa xuất gia là con nhà họ Trần, tự là Đức An, tổ tiên trước kia là người vùng Dĩnh Xuyên (nay thuộc Hứa Xương, Hà Nam) nhưng ngài sinh ra vào năm 538 ở Hoa Dung, Kinh Châu, (nay thuộc Hồ Bắc).

Từ nhỏ ngài đã có lòng tin Phật. Năm 17 tuổi, gặp lúc nhà Lương suy mạt, binh loạn khắp nơi, ngài phải lưu lạc đây đó. Năm 18 tuổi đến chùa Quả Nguyện ở Tương Châu xuất gia, đủ 20 tuổi thì thọ Cụ túc giới.

Vào niên hiệu Thiên Gia thứ nhất đời Trần Văn Đế (560), ngài đến núi Đại Tô, Quang Châu (nay là Hoàng Xuyên, Hà Nam) theo ngài *Huệ Tư* học *Tứ an lạc hạnh*, tu chứng được *Pháp Hoa Tam-muội*.

Niên hiệu Quang Đại thứ nhất đời Trần Phế Đế (567), ngài đến Kiến Khương giảng dạy pháp Thiền, ở chùa Ngõa Quan trong 8 năm, giảng *Đại Trí Độ luận* và thuyết *Thứ đệ thiền môn*, cùng giảng kinh *Diệu Pháp Liên Hoa* và nhiều kinh điển khác.

Đến niên hiệu Thái Kiến thứ 7 đời Trần Tuyên Đế (575), ngài vào núi *Thiên Thai* (cũng gọi là Thiên Đài) ẩn cư tu tập. Cho đến niên hiệu Chí Đức thứ 3 (585), Trần Hậu Chủ ban sắc chỉ thỉnh ngài trở về Kiến Khương giảng kinh *Nhân vương Bát-nhã* và một số kinh khác.

Năm sau đó (586), thái tử nhà Trần đến xin thọ giới với ngài. Năm 587, ngài ở chùa Quang Trạch giảng kinh *Diệu Vị Năng Liên Hoa*, đệ tử là ngài Quán Đỉnh ghi chép tất cả lời giảng, soạn lại thành sách *Pháp Hoa văn cú*.

Từ sau khi nhà Trần bị nhà Tùy diệt, ngài đến ở Lư Sơn. Đến niên hiệu Khai Hoàng thứ 11 đời Tùy Văn Đế (591), Tấn Vương Dương Quảng (con Tùy Văn Đế) thỉnh ngài đến Dương Châu để thọ giới với ngài, ban tôn hiệu là Trí Giả, nhân đó đương thời tôn xưng ngài là *Trí Giả Đại sư*.

Năm 592, ngài đến Kinh Châu xây dựng chùa Ngọc Tuyền, thuyết giảng *Pháp Hoa huyền nghĩa* và *Ma-ha chỉ quán*, đệ tử là Quán Đỉnh cũng chép lại thành sách lưu truyền. Đến niên hiệu Khai Hoàng thứ 15 (595), ngài lại vì Tấn Vương

Dương Quảng mà soạn bộ *Tịnh Danh kinh sớ* (Sớ giải kinh *Duy-ma-cật*). Năm sau đó (596), ngài từ biệt trở về núi *Thiên Thai*, trùng tu tự viện. Sang năm sau nữa (597) thì viên tịch.

Suốt một đời ngài đã kiến lập đến 36 ngôi chùa, truyền giới độ tăng đến 14.000 vị, đệ tử nối pháp có 32 người, đứng đầu là ngài *Quán Đỉnh*. Trước tác các sách luận giải chú thích có đến 29 bộ, 151 quyển. Ngay cả trước lúc lâm chung còn khẩu truyền bộ *Quán tâm luận*, cũng là một quyển luận được người sau xem trọng. Đó là chưa kể còn có rất nhiều sách khác vẫn được cho là của ngài nhưng chưa dám xác quyết, vì còn ngờ là do người đời sau nhầm lẫn. Quả thật là một vị danh tăng xưa nay ít có!

Thiên Thai tông truyền sang Nhật Bản vào khoảng đầu thế kỷ 9, do công của ngài *Tối Trừng*, được người đời tôn xưng là *Truyền Giáo Đại sư*.

Năm 803, *Truyền Giáo Đại sư* vâng chiếu chỉ của Nhật hoàng sang Trung Hoa học đạo. Khi về nước, ngài mang theo rất nhiều kinh luận của *Thiên Thai tông*, rồi truyền bá giáo lý của tông này ở Nhật, lập thành một trong hai tông phái mạnh nhất của thời đại Bình An (794 - 1186). Các nhà nghiên cứu thường dùng danh xưng "*Bình An nhị tông*" để chỉ cho hai tông mạnh nhất vào thời đại Bình An, đó chính là *Thiên Thai tông* và *Chân ngôn tông*.

Truyền Giáo Đại sư trụ ở núi *Tỉ-duệ* (Hiei) hoằng truyền giáo nghĩa *Thiên Thai tông*, nên núi ấy cũng trở thành một danh sơn được nhiều người biết đến. Vào thời đó, cả vùng núi *Tỉ-duệ* không bao lâu đã có đến hơn 3.000 ngôi chùa và giảng đường. Và những ngọn núi ở đây cũng được đổi tên gọi là *Thiên Thai*.

Ngài *Tối Trừng*, tên tiếng Nhật là *Dengyo Daishi*, hay *Saichō*, dịch sang tiếng Hán là *Tối Trừng* (最澄), sinh năm 767, viên tịch vào năm 822. Ngài học đạo từ năm 12 tuổi, là môn đệ của ngài *Gyō hyō* (Hành Biểu - 行表) tại chùa *Kokubunji* (Quốc Phần Tự - 國分寺) ở *Ōmi* (Cận Giang - 近江), ban đầu học theo Thiền học *Bắc tông*. Ngài xuất gia năm 14 tuổi, thọ Cụ túc giới năm 19 tuổi ở chùa *Tōdaiji* (Đông Đại Tự - 東大寺), sau đó đến tu học ở núi *Tỉ-duệ*. Nơi đây ngài thực hành thiền định và nghiên cứu giáo lý *Hoa nghiêm tông*. Nhưng ngài sớm quan tâm nhiều hơn đến giáo lý của *Thiên Thai tông*, và trở nên uyên bác sau khi đọc qua các trước tác của ngài Trí Khải.

Danh tiếng về sự uyên bác của ngài lan rộng đến nỗi Nhật hoàng thời bấy giờ chính thức đề nghị ngài sang Trung Hoa để học hỏi về Phật giáo, nhằm khi trở về nước có thể thiết lập được một hình thức Phật giáo thích hợp với Nhật Bản.

Ngài sang Trung Hoa bằng đường biển vào năm 804, đi cùng chuyến tàu với một người bạn nổi tiếng là ngài *Kūkai* (Không Hải - 空海). Đến Trung Hoa, ngài theo học với ngài thiền sư *Tiêu Thiền* (脩禪) và học giáo lý *Thiên Thai* tông với ngài *Đạo Thúy* (道邃), tổ thứ 10 của *Thiên Thai tông* ở Trung Hoa. Ngài cũng học giáo lý *Chân ngôn tông* với ngài Thuận Hiểu (順曉). Tất cả những giáo lý này đều chưa được truyền dạy như một tông độc lập tại Nhật Bản trong thời đại *Thiên Bình* (hay *Nại Lương* thời đại, tức là giai đoạn từ năm 710 đến năm 784).

Ngài trở về Nhật Bản vào năm 806 và chính thức thành lập *Thiên Thai tông* ở Nhật. Mặc dù chịu ảnh hưởng rất lớn của giáo lý *Thiên Thai tông*, nhưng thông qua mối quan hệ với ngài Không Hải, ngài cũng rất quan tâm đến *Chân ngôn tông*. Và vì vậy, hệ thống giáo lý của ngài cũng có khuynh hướng pha trộn.

Ngài dành trọn phần đời còn lại để truyền bá chỗ sở đắc về Phật học của mình ngay tại vùng núi *Tỉ-duệ*, nhưng cũng thường xuyên gặp phải sự chống đối từ những tông đã thành lập trước, đặc biệt là về những sự cải cách mà ngài nỗ lực thực hiện khi muốn hợp lý hóa một số nghi thức truyền giới xuất gia của *Đại thừa*.

Ngài trước tác rất nhiều, trong số đó quan trọng hơn hết là các tác phẩm *Shugo kokkaishō* (*Thủ hộ quốc giới chương* - 守護國界章), *Hokkeshūku* (*Pháp Hoa tú cú* - 法華秀句) và *Kenkai ron* (*Hiển giới luận* - 顯戒論).

Hiện nay, *Thiên Thai* tông ở Nhật vẫn còn hưng thịnh, có đến khoảng 6.000 ngôi chùa thuộc tông này, với 11.300 vị tăng sĩ, 900.000 cư sĩ tu tập tại gia và hơn một triệu tín đồ thường xuyên lui tới lễ bái cúng dường. Tông này cũng có những hoạt động từ thiện xã hội đáng kể như xây dựng trường học, chẩn tế cho người nghèo, cấp dưỡng trẻ em mồ côi, người già neo đơn, người tật nguyền...

HỌC THUYẾT

A. Tất cả chúng sinh đều sẵn có tánh Phật: *Thiên Thai tông* dựa vào giáo nghĩa của kinh *Diệu Pháp Liên Hoa* mà phát triển nguyên lý "*tất cả chúng sinh đều có tánh Phật*". Vì sẵn có tánh Phật, nên tất cả chúng sinh đều có khả năng giác ngộ thành Phật, cho dù là con sâu, con kiến, cho đến loài người, chư thiên, quỷ thần... đều không khác nhau về bản tánh này.

Khi nhận thức được rằng tất cả chúng sinh đều sẵn có tánh Phật, đều là những vị Phật sẽ thành, người tu tập sẽ có được một nhận thức thật sự bình đẳng đối với hết thảy muôn loài, muôn vật. Và đó chính là cơ sở đầu tiên giúp người tu tập có thể trừ bỏ được hết thảy mọi sự phân biệt trong cách đối nhân tiếp vật, vốn là nguyên nhân quan trọng nhất làm phát triển những sự thương, ghét, oán giận, si mê...

Tuy là sẵn có tánh Phật như nhau, nhưng do vô số những ngoại duyên trần cảnh, nên tất cả chúng sinh đều trôi lăn trong vòng sinh tử, thọ lãnh những nghiệp quả khác nhau, phải thọ sinh vào những cảnh giới khác nhau... Nhưng cho dù có tất cả những sự khác nhau đó, cho dù có chìm đắm vô lượng kiếp trong luân hồi sinh tử, thì tánh Phật sẵn có kia cũng chẳng bao giờ có thể mất đi hay đổi khác. Chỉ cần chúng sinh nhất thời nhận ra được điều đó, quay về hướng đến việc rũ bỏ mọi nghiệp duyên trần cảnh thì ngay lập tức có thể thể hiển lộ được tánh Phật của mình, có thể đạt đến cảnh giới giải thoát rốt ráo không khác gì chư Phật.

B. Ba ngàn pháp giới trong một niệm: Giáo lý *Thiên Thai tông* chia toàn thể vũ trụ ra làm *mười cảnh giới*, gọi là *Thập giới*. Trong *Thập giới* có 4 cảnh giới thuộc về các bậc thánh là *Phật giới, Bồ Tát giới, Duyên giác giới* và *Thanh văn giới*; 6 cảnh giới thuộc về phàm phu là *thiên giới, nhân giới, a-tu-la giới, địa ngục giới, ngạ quỷ giới* và *súc sinh giới*. Mười *cảnh giới* này lại biểu hiện thành ba dạng thế gian là *ngũ ấm thế gian, chúng sinh thế gian* và *y báo quốc độ thế gian*. Cả ba dạng thế gian này đồng thời hiện hữu và hỗ tương chi phối lẫn nhau.

Mỗi một tâm niệm của chúng sinh đều có đủ mười cảnh giới, mỗi cảnh giới lại hợp với những cảnh giới khác thành ra trăm pháp giới, và đều có đủ ba dạng thế gian, nên biến hiện thành cả thảy là ba ngàn pháp giới. Ba ngàn pháp giới có đủ trong một tâm niệm, nên việc tu chứng cũng không ra ngoài tâm niệm ấy. Một niệm chân chánh thì *chân như, tánh Phật* tự nhiên hiển lộ, hiển bày toàn thể ba ngàn pháp giới. Một niệm mê lầm thì tánh Phật bị che lấp, dẫu có đủ ba ngàn pháp giới mà không hề nhận biết, chỉ trôi lăn theo nghiệp duyên trần cảnh, chịu muôn ngàn sự khổ não trong chốn luân hồi.

Thế nên, dù là Phật hay chúng sinh cũng đều từ một niệm mà thành. Khi mê tức là chúng sinh, khi ngộ tức là

Phật. Phật và chúng sinh vốn không hai, không khác, chỉ do một niệm mê ngộ khác nhau mà thành. Cũng như mặt nước lúc yên tĩnh hay lúc nổi sóng vốn không thay đổi tánh nước, chỉ khác nhau ở lúc trời nổi gió mạnh hay yên tĩnh mà thôi. Nhưng ngay cả khi gió mạnh làm nổi sóng, thì sóng kia cũng không lìa khỏi nước. Chỉ cần khi trời yên gió lặng thì sóng kia tự mất, tánh nước hiển bày. Cho nên chúng sinh dẫu mê lầm cũng không mất đi tánh Phật. Chỉ cần biết thức tỉnh tu tập, rũ bỏ nghiệp duyên trần cảnh thì tánh Phật tự nhiên hiển lộ, phá sạch mê lầm.

Do đó, Phật và chúng sinh vốn không lìa nhau, chỉ như hai mặt của một tờ giấy. Nếu chê bỏ chúng sinh mà cầu được thành Phật thì đó là sự mong cầu điên đảo, chẳng bao giờ có được. Chỉ cần quay về nơi một niệm của tự tâm, giữ cho chân chánh thì có thể thấy được cả ba ngàn pháp giới.

8
CHÂN NGÔN TÔNG
眞言宗
(Shingon-shū)

Khai tổ: Đại sư Thiện Vô Úy (*Śubhakarasimha*) và *Kim Cang Trí* (*Vajrabodhi*) truyền sang Trung Hoa, ngài *Bất Không* (*Amoghavajra*) chính thức sáng lập vào thế kỷ 8.

Hoằng Pháp Đại sư (*Kobo Daishi*) truyền sang Nhật Bản vào thế kỷ 9.

Giáo lý căn bản: Kinh *Đại Nhật* (*Mahāvairocana sūtra*) và kinh *Kim cang đảnh* (*Vajraśekhara-sūtra*).

Tông chỉ: Dựa vào sự trì tụng chân ngôn và những nghi thức hành trì để tạo ra oai lực nhiệm mầu, giúp hành giả đạt đến cảnh giới giải thoát thông qua sự tập trung hoàn toàn vào các câu chân ngôn và những nghi thức hành trì.

LỊCH SỬ

Chân ngôn tông là tên gọi khác của Mật tông, được khởi nguyên từ Ấn Độ vào khoảng thế kỷ 4 với sự ra đời của một hình thức kinh điển hoàn toàn mới trong Phật giáo là Tan-tra. Nhưng phải sang thế kỷ 6 thì tông phái này mới được phát triển mạnh và bắt đầu truyền sang các nước khác.

Vào thế kỷ 8, có ba vị tăng Ấn Độ là *Thiện Vô Úy* (637-735) *Kim Cang Trí* (670-741) và *Bất Không* (705-774) đã đưa vào Trung Hoa hệ thống kinh *Tan-tra* của *Chân ngôn tông* và gây được ảnh hưởng rất lớn đối với triều đình các vua Đường, thông qua những sự linh ứng nhiệm mầu mà họ tạo ra được qua việc trì tụng các câu chân ngôn và thực hiện các nghi lễ.

Tuy nhiên, chính ngài *Bất Không* là người có công lớn nhất trong việc sáng lập *Chân ngôn tông*, làm cho tông phái này trở thành một tông phái độc lập. Tuy chỉ tồn tại trong khoảng một thế kỷ, nhưng *Chân ngôn tông* cũng để lại nhiều dấu ấn đặc biệt trong lịch sử Phật giáo Trung Hoa. Thời gian sau đó, *Chân ngôn tông* chịu ảnh hưởng nhiều của các vị *Lạt-ma* đến từ Tây Tạng, biến dạng thành một kiểu *Mật tông* mang đậm màu sắc thần bí, và chỉ tồn tại dưới những hình thức pha trộn trong một số tông phái khác, không còn phát triển độc lập như trước đó.

Ngài *Bất Không* là người Ấn Độ, tên Phạn ngữ là *Amoghavajra*, Hán dịch nghĩa là *Bất Không* (不空). Ngài là người phiên dịch rất nhiều kinh điển Phật giáo và là một trong những cao tăng có nhiều ảnh hưởng trong lịch sử Phật giáo Trung Hoa. Ngài sinh năm 705 tại *Samarkand*, cha là người Ấn Độ và mẹ là người Khang Cư (*Sogdian*), đến Trung Hoa từ năm 10 tuổi sau khi cha ngài qua đời.

Năm 719, ngài xuất gia học đạo với ngài *Kim Cang Trí* (*Vajrabodhi*), cũng là một vị tăng Ấn Độ. Năm 741, khi tất cả các tăng sĩ ngoại quốc đều bị trục xuất khỏi Trung Hoa, ngài cùng với một số người tổ chức hành hương để thu thập kinh điển, đi qua khắp các vùng Tích Lan, Đông Nam Á và Ấn Độ. Trong chuyến đi này, ngài đã gặp ngài Long Trí (*Nagabodhi*), thầy của ngài *Kim Cang Trí*, tức là sư tổ của ngài, và được học một cách chi tiết hệ thống kinh *Kim cang đảnh* (*Tattvasamgraha*).

Ngài trở về Trung Hoa năm 746, mang theo khoảng 500 bộ kinh. Năm 754, ngài bắt đầu dịch phần đầu bộ *Kim cang đảnh* sang Hán văn. Đây là một bộ kinh điển cốt lõi của *Mật tông* Phật giáo, và công trình này là một trong những thành quả đáng kể nhất của ngài. Ngài xem giáo pháp này như là phương pháp tu tập hiệu quả nhất để đạt đến giác ngộ, và đã kết hợp những nền tảng của giáo lý này trong một số trước tác của mình.

Ngài bị bắt trong cuộc nổi loạn của An Lộc Sơn vào năm 755, nhưng sau đó được các lực lượng của triều đình giải cứu vào năm 757, rồi được vua Đường Túc Tông đối xử rất cung kính. Khi ngài viên tịch vào năm 774, triều đình ban lệnh cả nước phải để tang 3 ngày, và truy tặng rất nhiều danh hiệu.

Theo sự ghi nhận của chính bản thân ngài, thì đã có 77 bộ kinh được ngài phiên dịch, mặc dù con số được chính thức đưa vào *Hán tạng* với tên ngài vượt xa hơn nhiều, hiện trong Đại Tạng Kinh (bản Đại Chánh tân tu) còn giữ lại được đến 166 bộ ghi tên ngài.

Mật tông bắt đầu được truyền ở Trung Hoa bởi ngài Thiện Vô Úy và sau đó là ngài *Kim Cang Trí*, nhưng với những đóng góp nổi bật của ngài *Bất Không*, người ta đã xem ngài như vị tổ sư sáng lập tông này.

Chân ngôn tông vào thời ngài *Bất Không* phát triển mạnh, môn đồ rất đông, nhưng được truyền nối có tám vị, mà nay chỉ biết được ba vị là Hàm Quang, Huệ Lãng và Huệ Quả. Các vị Hàm Quang và Huệ Lãng không thấy ghi chép môn đồ nối dòng. Chỉ có ngài Huệ Quả được chân truyền làm Tổ sư tông này, truyền pháp lại cho các vị *Nghĩa Minh, Nghĩa Viên, Huệ Nhật, Huệ Ứng, Nghĩa Tháo*. Ngoài ra còn có một đệ tử người Nhật là ngài *Hoằng Pháp*, chính là người đã truyền *Chân ngôn tông* sang Nhật Bản vào thế kỷ 9.

Ngài Hoằng Pháp là người Nhật, tên là *Kobo Daishi*, hay *Kūkai*, người Trung Hoa gọi là Không Hải (空海), cũng tôn xưng là Hoằng Pháp Đại sư (弘法大師).

Ngài sinh năm 774, xuất gia tu học trở thành một vị cao tăng rất được Nhật hoàng kính trọng. Năm 804, ngài đi đường biển sang Trung Hoa cùng một chiếc thuyền với ngài Truyền Giáo Đại sư. Khi đến kinh đô Trường An, ngài tham học với vị tổ sư *Chân ngôn tông* ở Trung Hoa lúc bấy giờ là Huệ Quả (惠果).

Năm 806, ngài trở về Nhật Bản và thành lập *Chân ngôn tông*, dựa trên giáo lý chân truyền từ ngài Huệ Quả, và lấy hai bộ kinh *Đại Nhật* (*Mahāvairocana Sūtra*) và kinh *Kim cang đảnh* (*Vajraśekharasūtra*) làm nền tảng.

Hoằng Pháp Đại sư viên tịch vào năm 835. Tín đồ *Chân ngôn tông* tin chắc rằng ngài không mất đi mà chỉ ngồi tịnh trong tháp thờ, chờ đến lúc Phật *Di-lặc* đản sinh để cùng giáo hóa chúng sinh.

Chân ngôn tông ở Nhật Bản được Nhật hoàng ủng hộ và phát triển rất mạnh. Đến nay, ở Nhật có khoảng 6.000 ngôi chùa thuộc tông này, với khoảng 7.700 vị tăng sĩ.

HỌC THUYẾT

A. Hiển giáo và Mật giáo: Theo *Chân ngôn tông*, giáo pháp do đức Phật truyền dạy có thể chia làm hai nhóm. Nhóm thứ nhất có ý nghĩa dạy bảo rõ ràng, người ta có thể tụng đọc và tu tập hành trì theo đúng như lời dạy để đạt đến sự giải thoát. Nhóm này được gọi là *Hiển giáo*. Nhóm thứ hai là những câu chân ngôn, mật ngữ, thường không nhận ra được ý nghĩa rõ ràng nào trong đó, nhưng có thể tạo ra những oai lực nhiệm mầu, giúp người hành trì có thể đạt đến những cảnh giới giải thoát nhất định, tùy theo công phu tu tập của mình. Nhóm này được gọi là *Mật giáo*.

Những giáo pháp thuộc về *Mật giáo* thường chỉ được khẩu truyền trực tiếp giữa vị thầy và đệ tử, không được ghi chép thành kinh văn. Vì thế mà qua một thời gian rất dài sau khi đức Phật nhập diệt, người ta không thấy có bản kinh nào ghi chép đầy đủ các phần giáo pháp này. Mặc dù vậy, các vị tổ sư được chân truyền vẫn nối tiếp nhau gìn giữ, và chỉ truyền dạy cho những ai có căn cơ thích hợp mà thôi.

B. Giáo lý tam mật: *Chân ngôn tông* dạy người tu pháp "*tam mật*", nghĩa là ba pháp bí mật, bao gồm *thân mật, khẩu mật* và *ý mật*. Nếu hành giả đạt đến mức *thân tâm nhất như*, tất cả đều tương thông ứng hợp với nhau, thì ngay trong thân này, trong đời hiện tại này, có thể đạt được sự giải thoát rốt ráo, nghĩa là thành Phật. Giáo lý này được tóm gọn trong tám chữ: "*Tam mật tương ưng, tức thân thành Phật.*" (三密相應，即身成佛。)

Vì vậy, hành giả tu tập theo *Chân ngôn tông* không xem trọng một công phu riêng lẻ nào, mà phải đồng thời tu tiến. Tu tập *thân mật* tức là đi, đứng, nằm, ngồi đều nghiêm trang đúng pháp, và quan trọng nhất khi hành trì phải bắt ấn quyết đúng pháp. Tu tập *khẩu mật* tức là luôn giữ gìn khẩu nghiệp thanh tịnh, chỉ nói những lời đúng pháp, và khi hành trì thì phải trì tụng chân ngôn. Tu tập *ý mật* tức là tâm ý thanh tịnh, và khi hành trì thì quán tưởng lẽ *vô sinh* của các pháp.

Nếu hành giả trong khi hành trì đạt đến chỗ "*tam mật tương ưng*", nghĩa là tay bắt ấn quyết, miệng niệm chân ngôn, tâm quán tưởng lẽ vô sinh của các pháp, tự nhiên sẽ phát sinh uy lực diệu dụng, tùy theo sự phát tâm hành trì mà có thể đạt được sự như ý.

Để tu *thân mật*, hành giả phải nghiêm trì giới luật. Đây chính là chỗ khác nhau giữa *Chân ngôn tông* với các tà phái chỉ chuyên dùng bùa chú, phép thuật. Người tu nhờ giữ theo giới luật nên tự nhiên tạo ra oai nghi tế hạnh, khiến cho thân tâm được nhu hòa, thuần phục, không còn sự nóng nảy hay vội vàng, hối hả.

Để tu *khẩu mật*, hành giả phải được chân truyền từ bậc chân sư, phải đem tâm thành kính để cầu được chân ngôn. Khi được thầy dạy cho thì phải lắng tai nghe rồi đem lòng ghi nhớ, đặt hết niềm tin vào chân ngôn, không chút hoài nghi hay xao lăng. Tùy theo mục đích phát tâm, pháp môn hành trì khác nhau, có thể có nhiều loại chân ngôn khác nhau. Nhưng khi hành trì thì hành giả chỉ biết đến chân ngôn đang tụng, không còn biết đến bất cứ điều gì khác, cũng chẳng nghĩ đến kết quả của sự hành trì đó.

Để tu *ý mật*, hành giả phải thường xuyên rèn luyện tâm ý, lắng yên mọi vọng niệm, thường an trụ trong sự nhất tâm quán tưởng. Khi hành trì thì để hết tâm ý quán tưởng lý vô sinh, thấu triệt rằng tất cả các pháp từ xưa đến nay vốn chưa từng sinh ra, cũng chưa từng diệt mất. Hết thảy đều chỉ là những biến hiện khác nhau của tâm thức mà thôi.

Giáo lý *Chân ngôn tông* vốn cực kỳ uyên áo, thâm mật, nhưng hoàn toàn không phải là chỉ nhắm đến tạo ra những phép mầu linh diệu như nhiều người thường lầm tưởng. Khi một vị hành giả có công phu hành trì miên mật, vị ấy tự nhiên sẽ đạt được những uy lực nhất định, có thể thực hiện một số việc mà người khác không thể làm được, nhưng điều đó hoàn toàn không phải là kết quả nhắm đến của sự tu tập.

Khi hiểu đúng về giáo lý *Tam mật* của *Chân ngôn tông*, chúng ta mới thấy được rằng đó chính là một sự kết hợp hài hòa, thúc đẩy người tu tập phải tinh tấn trong mọi mặt, và do đó có thể giúp hành giả nhanh chóng đạt đến cảnh giới giải thoát cũng là điều dễ hiểu.

Đây cũng chính là lý do giải thích cho sự tồn tại ngắn ngủi của *Chân ngôn tông* so với các tông phái khác. Khi không có được những người kế thừa nắm vững và thực hành theo đúng những giáo lý uyên áo này, *Chân ngôn tông* sẽ ngay lập tức bị biến dạng thành những hình thức mê tín dị đoan, không phù hợp với tinh thần chân chánh của đạo Phật, không đưa đến sự giải thoát rốt ráo cho thân tâm của người tu tập, và vì thế mà nó tất yếu sẽ bị khai trừ ra khỏi ngôi nhà Phật giáo.

9

THIỀN TÔNG
禪宗
(Zen-shū)

Khai tổ: Từ đức Phật *Thích-ca Mâu-ni* truyền đến Tổ *Bồ-đề Đạt-ma* là 28 đời.

Tổ *Bồ-đề Đạt-ma* truyền sang Trung Hoa vào thế kỷ 6. Tổ *Huệ Năng* khai sáng dòng thiền Nam tông vào thế kỷ 7.

Vinh Tây (*Rinzai*) truyền tông Lâm Tế sang Nhật Bản vào thế kỷ 12. *Đạo Nguyên* (*Dōgen*) truyền tông Tào Động sang Nhật vào thế kỷ 13.

Giáo lý căn bản: Tổ *Bồ-đề Đạt-ma* truyền kinh Lăng-già, Tổ *Huệ Năng* giảng kinh *Kim cang*. Từ sau Tổ *Huệ Năng*, lấy bộ *Pháp Bảo Đàn Kinh* làm cương yếu.

Tông chỉ: Không lập thành văn tự giáo nghĩa, chỉ thẳng vào tâm người, thấy tánh thành Phật.

LỊCH SỬ

A. Lịch sử Thiền tông Ấn Độ: Thiền tông xem đức Phật *Thích-ca Mâu-ni* là vị khai tổ, khác với hầu hết các tông phái khác đều có một vị tổ sư khai sáng, vận dụng một phần giáo lý nào đó trong kinh Phật để sáng lập thành tông phái của mình. Sở dĩ như vậy là vì Thiền tông không xem trọng sự truyền thừa qua giáo nghĩa, kinh văn, mà chỉ chấp nhận "*dĩ tâm truyền tâm*", nghĩa là phải có sự truyền trao trực tiếp giữa bậc thầy và đệ tử.

Một hôm, đức Phật ở núi *Kỳ-xà-quật* (*Gṛdhrakūṭa*), cầm một cành hoa đưa lên giữa chúng hội và không nói gì cả. Đại chúng đều ngơ ngác, phân vân không hiểu, chỉ duy nhất có ngài *Ma-ha Ca-diếp* (*Mahākāśyapa*) mỉm miệng cười. Khi ấy, đức Phật dạy: "Ta có Chánh pháp nhãn tạng, diệu tâm *Niết-bàn*, nay truyền lại cho *Ma-ha Ca-diếp*." Từ đó, ngài *Ca-diếp* nhận lãnh truyền thừa, trở thành tổ thứ nhất của Thiền tông Ấn Độ.

Sau ngài *Ca-diếp* truyền đến tổ thứ hai là Tôn giả *A-nan* (*Ānanda*), tổ thứ ba là Tôn giả *Thương-na Hòa-tu* (*Śānavāsin*), tổ thứ tư là Tôn giả *Ưu-ba-cúc-đa* (*Upagupta*), tổ thứ năm là Tôn giả *Đề-đa-ca* (*Dhītika*), tổ thứ sáu là Tôn giả *Di-già-ca* (*Miśaka*), tổ thứ bảy là Tôn giả *Bà-tu-mật-đa* (*Vasumitra*), tổ thứ tám là Tôn giả *Phật-đà Nan-đề* (*Buddhanandi*), tổ thứ chín là Tôn giả *Phật-đà Mật-đa* (*Buddhamitra*), tổ thứ mười là Tôn giả *Hiếp* (*Pārśva*),[1] tổ thứ mười một là Tôn giả *Phú-na Dạ-xa* (*Puṇayaśa*), tổ thứ mười hai là Đại sĩ Mã Minh (*Aśvaghoṣa*), tổ thứ mười ba là Tôn giả *Ca-tỳ Ma-la* (*Kapimala*), tổ thứ mười bốn là Đại sĩ Long Thụ (*Nāgārjuna*), tổ thứ mười lăm là Tôn giả *Ca-na-đề-bà* (*Kāṇadeva*), tổ thứ mười sáu là Tôn giả *La-hầu-la-đa* (*Rāhulabhadra*), tổ thứ mười bảy là Tôn giả *Tăng-già Nan-đề* (*Saṃghanandi*), tổ thứ mười tám là Tôn giả *Già-da Xá-đa* (*Saṃghayathata*), tổ thứ mười chín là Tôn giả *Cưu-ma-la-đa* (*Kumāralāta*), tổ thứ hai mươi là Tôn giả *Xà-da-đa* (*Śayata*), tổ thứ hai mươi mốt là Tôn giả *Bà-tu Bàn-đầu* (*Vasubandhu*),[2] tổ thứ hai mươi hai là Tôn giả *Ma-nô-la* (*Manorata*), tổ thứ hai mươi ba là Tôn giả *Hạc-lặc-na* (*Haklenayaśa*), tổ thứ hai mươi bốn là Tôn giả Sư Tử (*Siṃhabodhi*),[3] tổ thứ hai mươi lăm là Tôn giả *Bà-*

---

[1] Hiếp Tôn giả (脅尊者) cũng có tên là Bà-lật Thấp-bà (婆栗濕婆)

[2] Tức Bồ Tát Thế Thân, cũng gọi là Thiên Thân.

[3] Cũng có tên là Sư Tử Bồ-đề (師子菩提).

xá Tư-đa (Baśaṣita), tổ thứ hai mươi sáu là Tôn giả *Bất-như Mật-đa* (Puṇyamitra), tổ thứ hai mươi bảy là Tôn giả *Bát-nhã Đa-la* (Prajñādhāra), tổ thứ hai mươi tám là Tôn giả *Bồ-đề Đạt-ma* (Bodhidharma).[1]

B. Thiền tông truyền sang Trung Hoa: Tổ sư thứ 28 của Thiền Tông Ấn Độ sang Trung Hoa vào khoảng năm 520. Ngài là một vị hoàng tử thứ ba, cũng là con út của vua *Hương Chí* nước *Ca-xi*[2] ở miền Nam Ấn Độ. Ngài vâng theo di ngôn của thầy là Tổ *Bát-nhã Đa-la*, theo đường biển sang Trung Hoa để truyền pháp. Khi ngài đến Quảng Đông vào ngày 21 tháng 9 năm 520, vua Võ Đế nhà Lương rất cung kính, thân hành ra đón ngài từ xa. Nhưng vua không có căn khí *Đại thừa*, sau khi tiếp xúc với ngài lại chẳng học hỏi được gì. Ngài liền bỏ đi lên Tung sơn, vào một hang động vắng vẻ mà ngồi yên lặng đến chín năm. Người đời không hiểu, gọi ngài là "Thầy *Bà-la-môn* ngồi nhìn vách".[3] Đây chính là động *Thiếu Thất*, sau này được lấy làm tên gọi cho sách Thiếu Thất lục môn, ghi chép những lời dạy của ngài về Thiền học.

Bấy giờ có một vị tăng tên Thần Quang, là người học rộng biết nhiều, trí tuệ sâu rộng. Nghe chuyện Tổ sư ngồi ngó vách, Thần Quang biết là bậc siêu phàm, liền tìm đến ra mắt.

Thần Quang đến nơi, lễ bái nhiều lần, Tổ vẫn lặng thinh ngồi ngó vách, không để ý gì đến. Thần Quang tự nghĩ: "Người xưa cầu đạo không tiếc thân mạng. Nay ta phải tỏ lòng thành mới mong được hỏi đạo." Thần Quang liền đứng trước cửa động suốt đêm không ngủ. Khi ấy trời giá lạnh, đến

---

[1] Tổ Bồ-đề Đạt-ma sang Trung Hoa truyền bá Thiền tông đầu tiên nên là Sơ tổ của Thiền Trung Hoa. Theo đó mà truyền thừa thì ngài Huệ Năng là tổ thứ sáu.

[2] Tiếng Phạn là Kaci.

[3] Bích quán bà-la-môn. Người ta gọi như vậy vì nghĩ rằng sự tu tập như ngài không thuộc về đạo Phật, hẳn là theo đạo Bà-la-môn.

sáng tuyết rơi phủ đầy người, ngập lên quá đầu gối mà Thần Quang vẫn đứng yên chắp tay hướng về phía Tổ sư, nét mặt không hề thay đổi.

Tổ sư biết người thật lòng cầu đạo, liền quay ra hỏi:

"Ngươi đứng suốt đêm trong tuyết lạnh, trong lòng muốn cầu chuyện gì chăng?"

"Đệ tử muốn cầu diệu đạo."

Tổ sư nói: "Diệu đạo của chư Phật phải trải qua rất nhiều khó khăn mới mong cầu được. Nay ngươi chỉ qua một đêm chịu lạnh mà muốn được diệu đạo hay sao?"

Thần Quang biết mình đã gặp được bậc chân truyền, quyết lòng cầu đạo, liền tự tay dùng dao bén cắt đứt cánh tay trái mà dâng lên trước mặt Tổ sư.

Tổ *Bồ-đề Đạt-ma* dạy rằng:

"Chư Phật cầu đạo đều vì pháp quên mình. Nay ngươi tự chặt tay cầu đạo, cũng có thể nói là có thành ý. Lòng ngươi có chỗ nào muốn hỏi, cứ hỏi đi."

Thần Quang thưa: "Tâm con chưa an, xin thầy truyền cho pháp an tâm."

Tổ sư nói: "Ngươi hãy đưa tâm đây, ta sẽ an tâm cho."

Thần Quang im lặng một lát rồi thưa: "Con tìm tâm không thể được."

Tổ nói: "Ta an tâm cho ngươi rồi đó."

Thần Quang nghe xong đại ngộ. Tổ sư liền đổi tên cho là Huệ Khả. Về sau, Tổ *Bồ-đề Đạt-ma* truyền y bát cho Huệ Khả. Ngài là vị Sơ tổ truyền Thiền tông đến Trung Hoa, nên Huệ Khả nối tiếp theo ngài mà làm Nhị tổ.

Các đời tổ sư tiếp theo là Tam tổ Tăng Xán, Tứ tổ Đạo Tín, Ngũ tổ *Hoằng Nhẫn*, Lục tổ *Huệ Năng*.

Từ ngài *Huệ Năng* trở về sau, Thiền tông chia ra làm hai

phái thiền Nam tông và Bắc tông. Nam tông chủ trương pháp thiền Đốn ngộ, do ngài *Huệ Năng* khởi xướng. Bắc tông theo pháp thiền Tiệm ngộ, do Đại sư *Thần Tú* dẫn dắt. Đại sư *Thần Tú* cũng là một vị cao đồ của Ngũ tổ *Hoằng Nhẫn*, đã từng được Ngũ tổ giao cho làm Giáo thọ, phụ trách giảng dạy cho cả hàng ngàn môn đồ khác.

Thiền Nam tông do ngài *Huệ Năng* truyền lại sau này hình thành nên năm phái lớn gọi là *Ngũ gia*, gồm có các tông *Lâm Tế, Quy Ngưỡng, Tào Động, Vân Môn* và *Pháp Nhãn*. Về sau, tông Lâm Tế lại sản sinh thêm hai chi phái nữa là Hoàng Long và Dương Kỳ, hợp cả thảy thành bảy tông, gọi là Thất tông. Vì thế, nói đến Thiền Trung Hoa, người ta thường dùng cụm từ "*Ngũ gia Thất tông*" là để chỉ chung tất cả những tông phái này.

C. Nam Năng Bắc Tú: Thiền tông truyền từ Tổ *Bồ-đề Đạt-ma* đến Ngũ tổ *Hoằng Nhẫn* vẫn chỉ là một nguồn mạch duy nhất. Tuy nhiên, trong số các môn đồ của ngài có sự khác biệt lớn lao về kiến giải, và do đó dẫn đến phương pháp tu tập cũng khác nhau. Điều này lần đầu tiên bộc lộ khi hai vị *Huệ Năng* và *Thần Tú* cùng trình lên Ngũ tổ hai bài kệ để bày tỏ kiến giải của mình.

Bài kệ của Đại sư *Thần Tú* như sau:

身是菩提樹，
心如明鏡臺。
時時勤拂拭，
勿使惹塵埃。

Thân thị bồ-đề thụ,
Tâm như minh kính đài.
Thời thời cần phất thức,
Vật sử nhạ trần ai.

Tạm dịch:

Thân là cây bồ-đề,
Tâm như đài gương sáng.
Thường siêng lau, siêng rửa,
Chớ để bám bụi nhơ.

Qua bài kệ trên, Đại sư *Thần Tú* cho rằng bản tánh giác ngộ vốn sẵn có nơi mỗi con người, nhưng *tự nó không thể hiển bày* nếu không có sự chuyên cần tu tập. Do đó, ngài đã so sánh tâm như một tấm gương sáng, nhưng nếu muốn phản chiếu được hình ảnh thì cần phải được thường xuyên lau chùi, làm sạch. Nếu không được vậy, cho dù là gương sáng cũng không thể hiển bày, phát huy tính chất của nó, bởi vì những lớp bụi nhơ sẽ bám đầy trên bề mặt và làm cho tấm gương ấy không còn có khả năng phản chiếu hình ảnh! Sự *"lau chùi thường xuyên"* ấy chính là chỗ công phu tu tập của người tu thiền.

Bài kệ của ngài *Huệ Năng* được viết sau khi ngài đã đọc bài kệ của *Thần Tú*, và thực ra không phải là một bài kệ độc lập mà chỉ mang tính chất đối đáp, nhằm nêu lên những khác biệt về kiến giải của ngài so với Đại sư *Thần Tú*. Toàn văn bài kệ như sau:

菩提本無樹，
明鏡亦非臺。
本來無一物，
何處惹塵埃。

Bồ-đề bản vô thụ,
Minh kính diệc phi đài.
Bản lai vô nhất vật,
Hà xứ nhạ trần ai?

Tạm dịch:

Bồ-đề vốn chẳng phải cây,
Gương sáng cũng chẳng phải đài.
Xưa nay vốn không một vật,
Chỗ nào bám được bụi nhơ?

Qua bài kệ này, ngài *Huệ Năng* đã trình bày một cách hiểu hoàn toàn khác biệt so với ngài *Thần Tú*. Ngài cho rằng bản tánh giác ngộ tuy không được hiển lộ nhưng cũng chưa từng bị che mờ bởi ngoại duyên trần cảnh. Quan điểm này không chỉ khác với ngài *Thần Tú* mà cũng là khác hẳn với giáo lý của tất cả các tông phái khác đương thời. Ngài *Huệ Năng* cho rằng sự trực nhận chân lý, hay sự giác ngộ là một quá trình được diễn ra độc lập và tức thời, chỉ cần người tu tập biết nhìn thẳng vào tự tâm, từ bỏ mọi kiến chấp sai lệch, thì có thể ngay tức thời giác ngộ, không liên quan gì đến những *"bụi trần"* che phủ kia. Giáo pháp *"đốn ngộ"* này là cực kỳ siêu việt và không phải ai cũng có khả năng tiếp nhận được ngay. Vì thế, ngài *Thần Tú* qua cuộc trao đổi này vẫn giữ nguyên quan điểm của mình.

Ngũ tổ *Hoằng Nhẫn* đã nhận ra ngay sự khác biệt giữa quan điểm của hai người học trò mình về phương pháp tu tập. Vì thế, ngài lập tức truyền y bát cho *Huệ Năng* làm tổ thứ sáu và dạy phải lánh về phương Nam một thời gian. Điều này cho thấy ngài tán thành với cách hiểu của *Huệ Năng*, và cũng biết là giáo pháp *"đốn ngộ"* chưa thể được tiếp nhận ngay mà cần có một thời gian chờ đợi.

Qua việc này, sự phân biệt giữa hai phái thiền Nam tông và Bắc tông bắt đầu hình thành. Sau đó, Đại sư *Thần Tú* trở thành một vị quốc sư, giáo hóa rất nhiều đồ chúng ở phương Bắc và vẫn luôn trung thành với phương pháp *"tiệm tu"* của mình, luôn dạy người phải tinh cần tu tập, *"thường xuyên lau rửa"* để giữ tâm sáng suốt, mỗi ngày càng đến gần hơn với sự giác ngộ.

Ngược lại, ngài *Huệ Năng* lưu lạc về phương Nam, ẩn cư hơn 15 năm, sau đó mới bắt đầu hoằng truyền giáo pháp "*đốn ngộ*". Ngài dạy rằng điều cốt yếu nhất của người tu thiền là phải trực nhận được thực tại vốn chưa từng sinh diệt. Vì chưa từng sinh diệt nên trong thực tại ấy "*xưa nay vốn không một vật*", không cần thiết phải quay quắt trong đó mà tìm cầu sự giải thoát. Chỉ cần trực nhận được thể tánh chân thật của chính mình và vạn vật, hay là *tánh Phật*, thì tự nhiên sẽ không còn bị hết thảy những ngoại duyên trần cảnh trói buộc được nữa. Ngài gọi sự giải thoát tức thời hay "*đốn ngộ*" này là "*kiến tánh thành Phật*".

Người đời sau gọi sự phân chia Thiền tông thành hai phái như vậy là *Nam Năng, Bắc Tú*. Nghĩa là phương Nam do ngài *Huệ Năng* giáo hóa, và phương Bắc là nơi ngài *Thần Tú* dạy dỗ.

D. Thiền tông truyền sang Nhật Bản: Năm 1191, ngài *Vinh Tây* lần đầu tiên truyền phái thiền Lâm Tế sang Nhật Bản, được gọi với tên là *Rinzai*.

Ngài *Vinh Tây* là người Nhật, tên trong tiếng Nhật là *Eisai*, cũng đọc là *Yōsai*, người Trung Hoa đọc là *Vinh Tây* (榮西). Ngài sinh năm 1141 và mất năm 1215, chính là người sáng lập tông *Rinzai*, tức là tông *Lâm tế* (臨濟宗) ở Nhật Bản.

Ngài sinh trong một gia đình theo Thần đạo, nhưng bắt đầu học Phật pháp từ nhỏ, chủ yếu là giáo lý của tông *Thiên Thai* ở núi *Tỉ-duệ*. Tại đây, ngài thất vọng vì sự thiếu trung thực của một số vị tăng đứng đầu, nên tìm cách sang Trung Hoa để tìm học giáo lý chân thật. Ngài ở Trung Hoa không đầy một năm, nhưng có ấn tượng rất mạnh với những gì học được, và trở về núi *Tỉ-duệ* mang theo rất nhiều kinh văn của tông *Thiên Thai*.

Sau đó, ngài đến *Kyushu* để tu tập và giảng dạy, rồi lại có dịp sang Trung Hoa lần nữa vào năm 1187. Lần này, ngài có dự tính sẽ đi xa hơn sang Ấn Độ, nhưng không thành công vì gặp những cản trở về mặt chính trị. Trong chuyến đi lần này, ngài đã gặp được *Hư Am Hoài Sưởng* (虛庵懷敞), một thiền sư của chi phái Hoàng Long (黃龍) thuộc dòng thiền Lâm Tế, và đã theo học với vị này.

Sau đó 4 năm, vào năm 1191, sau khi nhận được sự ấn khả của *Hoài Sưởng*, ngài trở về Nhật Bản và thành lập thiền viện đầu tiên tại Nhật là chùa *Thánh Phúc* (聖福寺). Ngài có thể tiếp tục hoạt động ở vùng *Kyushu*, nhưng do điều kiện an ninh không chắc chắn ở vùng núi *Tỉ-duệ*, nên ngài bị ngăn không cho đến giảng dạy ở thủ đô. Để đáp lại sự ngăn cấm này, ngài đi đến *Kamakura* (Liêm Thương) và xây dựng chùa *Kenninji* (Kiến Nhân tự) ở *Kyoto*.

Ngài mất năm 1215, sau khi đã hoàn tất việc xây dựng thêm một tự viện nữa là chùa Thọ Phúc (*Jufukuji*) ở *Kamakura*.

Ngài cũng là người đầu tiên đã đưa việc trồng và sử dụng cây chè (trà) vào Nhật Bản, đã viết một cuốn sách về chủ đề này, trong đó có đề cập đến những tính năng có lợi về mặt y học của loại thức uống này. Một số tác phẩm khác của ngài là *Bodaishinron kōketsu* (*Bồ-đề tâm luận khẩu quyết*), *Kōzengokoku ron* (*Hưng thiền hộ quốc luận*), *Shukke daikō* (*Xuất gia đại cương*), và còn có một số tác phẩm khác viết về tông *Thiên Thai* và *Mật tông*.

Một vị tăng sĩ người Nhật khác là *Đạo Nguyên* đã truyền phái thiền Tào Động sang Nhật Bản vào năm 1227.

Ngài *Đạo Nguyên* tên tiếng Nhật là *Dōgen*, người Trung Hoa đọc là *Đạo Nguyên* (道元). Ngài sinh năm 1200 và mất năm 1253, là người sáng lập tông *Sōto*, tức là tông *Tào Động* ở Nhật Bản.

Ngài sinh trong một gia đình quý tộc nhưng mồ côi cha mẹ từ thuở nhỏ, đến núi *Tỉ-duệ* để xin học đạo từ năm 13 tuổi và ở đó khoảng 2 năm. Sau khi theo học với ngài *Kōin* (Công Dận) ở chùa *Miidera* (Tam Tỉnh tự) một thời gian, ngài tìm đến chùa *Kenninji* (Kiến Nhân tự) và có dịp theo học với ngài *Eisai* (Vinh Tây), Tổ khai sáng tông *Rinzai* (Lâm Tế).

Sau khi thầy là *Vinh Tây* mất, ngài sang Trung Hoa cùng với truyền nhân của ngài *Vinh Tây* là *Myōzen* (Minh Toàn). Tại đây, ngài tiếp xúc với nhiều dòng thiền có ảnh hưởng tại Trung Hoa, trong đó có cả ngài Đại Huệ (大慧). Tuy nhiên, sự đạt ngộ của ngài chỉ đến sau khi được gặp một thiền sư của tông Tào Động là ngài Như Tịnh (如淨) ở núi Thiên Đồng (天童山).

Năm 1227, ngài *Đạo Nguyên* trở về Nhật và bắt đầu truyền dạy giáo lý tông Tào Động tại *Kenninji*, và sau đó chuyển đến *Fukakusa*, nơi ngài dựng lên chùa *Kōshōji* (Hưng Thánh tự). Tại đây, ngài dành 10 năm để viết ra rất nhiều tác phẩm, trong đó quan trọng nhất là bộ sách *Shōbōgenzō* (*Chánh pháp nhãn tạng*).

Giai đoạn tiếp theo là giai đoạn quan trọng cuối cùng trong đời ngài, khi ngài chuyển đến những ngọn núi ở vùng *Echizen* và lập một trung tâm thiền viện, tránh xa tất cả những ảnh hưởng thế tục của vùng đô thị. Thiền viện mới này ban đầu gọi là chùa *Daibutsuji* (Đại Phật tự), sau đó đổi tên thành chùa *Eiheiji* (Vĩnh Bình tự), vẫn còn tồn tại mãi đến ngày nay.

Ngoài bộ *Chánh pháp nhãn tạng* (95 quyển), ngài còn biên soạn rất nhiều tác phẩm có ảnh hưởng khác như *Fukanzazengi* (Phổ khuyến tọa thiền, 1 quyển), *Eiheishingi* (Vĩnh Bình thanh quy, 2 quyển), và *Gakudō yōshin shū* (Học đạo dụng tâm tập, 1 quyển).

Năm 1655, phái thiền thứ ba là tông Hoàng Bá được truyền sang Nhật do một thiền sư người Trung Hoa. Phái thiền này được gọi tên theo tiếng Nhật là *Ōbaku*, tức là tông Hoàng Bá (黃檗宗), đặc biệt duy trì những tính cách nổi bật của thiền Trung Hoa.

HỌC THUYẾT

Nói một cách chính xác theo nghĩa hẹp của từ thì Thiền tông không có và cũng không chấp nhận một *học thuyết* nào, vì mọi sự biểu hiện bằng hình thức văn tự đều có thể trở thành sự chướng ngại cho người tu tập. Tuy nhiên, nhìn từ một góc độ mở rộng hơn thì quan điểm *"bất lập văn tự"* này của *Thiền tông* cũng có thể xem là một kiểu học thuyết đặc thù của tông phái này.

Hiểu theo cách này thì học thuyết của *Thiền tông* chính là biết vận dụng mọi học thuyết chỉ như phương tiện giúp cho sự tu tập để đạt đến giác ngộ, và người tu luôn ghi nhớ không được vướng mắc vào những phương tiện ấy.

Khi tổ *Bồ-đề Đạt-ma* vượt biển sang Trung Hoa để khai sáng *Thiền tông*, ngài có mang theo bộ kinh *Lăng-già* và sau truyền lại cho Nhị tổ Huệ Khả. Lục tổ *Huệ Năng* thì đạt ngộ khi được nghe kinh *Kim cang*. Vì thế, *Thiền tông* thường nhắc đến hai bộ kinh này như là nền tảng của Thiền học. Từ những giáo lý nền tảng đó, kết hợp với kinh nghiệm chứng ngộ của các vị tổ sư, rất nhiều bộ sách đã được viết ra và lưu truyền trong nhà thiền, nhằm giúp người học thiền có thể nắm hiểu được tông chỉ và phương pháp tu tập. Trong số đó, có hai quyển thường được xem là quan trọng nhất. Thứ nhất là quyển *Thiếu Thất lục môn*,[1] ghi lại những lời dạy của Tổ *Bồ-đề Đạt-ma*. Thứ hai là quyển *Pháp Bảo Đàn Kinh*, ghi lại những lời dạy của Lục tổ *Huệ Năng*. Ngoài ra, còn có rất

---

[1] Xem Thiếu Thất lục môn, bản dịch và chú giải của Nguyễn Minh Tiến, NXB Tôn giáo.

nhiều bộ ngữ lục như *Bích nham lục, Vô môn quan...* ghi lại những lời kệ tụng và bình chú của các vị thiền sư, thường được xem như những gợi ý rất quan trọng cho người tu thiền, giúp họ có thể dễ dàng hơn trong việc đạt đến sự giác ngộ.

Tuy nhiên, học thuyết quan trọng nhất của *Thiền tông* vẫn là tập trung vào sự *tự tu tự chứng*, không chấp nhận bất cứ một sự khuyên dạy hay dẫn dắt nào của người khác, cho dù người đó là một bậc thầy! Tất cả đều chỉ có thể được xem như những lời gợi ý, và sự tu tập để đạt đến giác ngộ phải là do chính mỗi người tự tìm thấy và hành trì.

10

TỊNH ĐỘ TÔNG
淨土宗
(Zodo-shū)

Khai tổ: Ngài Đạo Xước vào thế kỷ 6, ngài Thiện Đạo vào thế kỷ 7.

Nguyên Không Đại sư (*Hōnen*, tức *Pháp Nhiên Thượng nhân*) truyền sang Nhật vào thế kỷ 12.

Giáo lý căn bản: Kinh *A-di-đà* (*Sukhāvati-vyūha-sūtra*), kinh *Vô Lượng Thọ* (*Sukhā-vativyṅha-sūtra*), kinh *Quán Vô Lượng Thọ* (*Amitāyur-dhyāna-sūtra*), và bộ *Vãng sinh Tịnh độ luận* của Bồ Tát *Thế Thân*.

Tông chỉ: Nhờ sự nhất tâm khi niệm danh hiệu đức Phật *A-di-đà* và tha lực tiếp dẫn của đức Phật, người niệm Phật khi lâm chung sẽ được vãng sinh về cõi Cực lạc phương Tây, nhờ đó có thể dễ dàng tiếp tục tiến tu cho đến khi đạt được sự giải thoát rốt ráo.

LỊCH SỬ

A. Lược sử. Những kinh sách thuộc về giáo lý của *Tịnh độ tông* đã được chuyển dịch sang Hán văn từ rất sớm. Vào năm 185, một tăng sĩ người Ấn Độ là Khang Tăng Khải (*Saṃghavarman*) đã đến Trung Hoa và dịch kinh *Vô Lượng*

Thọ (*Sukhāvativyǹha-sūtra*), 2 quyển. Đây là một trong ba bộ kinh căn bản của *Tịnh độ tông*.

Đến năm 401, ngài *Cưu-ma-la-thập* (*Kumārajīva*) đến Trung Hoa và sau đó tiến hành việc dịch kinh điển sang Hán văn kể từ năm 403. Trong số các kinh ngài dịch, có kinh *A-di-đà* (*Sukhāvati-vyūha-sūtra*), sau cũng trở thành kinh căn bản của *Tịnh độ tông*.

Khoảng năm 424 thì có một vị tăng sĩ Ấn Độ khác là ngài *Cương-lương-gia-xá* (*Kālayaśa*) đến Trung Hoa. Vị này đã dịch sang Hán văn kinh *Quán Vô Lượng Thọ* (*Amitāyur-dhyāna-sūtra*), bộ kinh căn bản thứ ba của *Tịnh độ tông*.

Như vậy, cho đến đầu thế kỷ 5 thì tại Trung Hoa đã có đủ bản dịch Hán văn 3 bộ kinh căn bản của *Tịnh độ tông*. Tuy nhiên, phải đợi đến ngài *Đạo Xước* (562-645) thì niềm tin vào thuyết *Tịnh độ* mới bắt đầu phát triển. Rồi sự phát triển này được củng cố và hoàn chỉnh bởi ngài *Thiện Đạo* (613-681) mới trở thành một tông phái độc lập. Vì thế, người ta thường xem ngài Thiện Đạo như là vị tổ sư khai sáng *Tịnh độ tông*. Ngài có soạn bộ *Quán Vô Lượng Thọ Phật kinh sớ*, chỉ rõ những quan điểm sai lầm xưa nay về thuyết *Tịnh độ*, đồng thời giảng rõ những ý nghĩa chân chánh, khuyến khích người tu *Tịnh độ*.

Tiếp theo sau đó, tông này liên tục được truyền nối cho đến ngài Thiếu Khang, người đã thành lập *Tịnh độ Đạo tràng* ở Mục Châu, thuộc tỉnh Triết Giang và làm cho *Tịnh độ tông* trở nên rất hưng thịnh. Ngài Thiếu Khang có trước tác bộ *Tịnh độ quần nghi luận*, giảng rõ những chỗ tinh yếu trong giáo pháp *Tịnh độ*. Ngài mất năm 805 nhưng không rõ đã sinh vào năm nào.

Tịnh độ tông phát triển rất nhanh chóng và lan rộng ra khắp nơi. Tuy nhiên, cũng chính vì sự phát triển lan rộng này mà đến sau thế kỷ 9 thì *Tịnh độ tông* hầu như không còn tồn tại như một tông phái độc lập nữa, mà đã thâm nhập, hòa trộn vào những tông phái khác. Đặc biệt là chủ trương *Thiền tịnh song tu* vẫn còn được thịnh hành cho đến tận ngày nay.

B. Tịnh độ tông truyền sang Nhật Bản: *Tịnh độ tông* lần đầu tiên được truyền sang Nhật Bản bởi một vị tăng sĩ người Nhật tên là *Ryonin*, từ trước năm 1124. Khi ấy, tông này lấy tên *Yuzu Nembutsu*. Ngài *Ryonin* tự mình nêu gương niệm Phật mỗi ngày đến hơn 60.000 lần, và khuyến khích mọi người làm theo. Tuy nhiên, khi ấy phần giáo lý của *Tịnh độ tông* chưa được truyền rộng rãi ở Nhật, và số môn đồ tin theo ngài chưa được đông đảo lắm.

Người tiếp theo sau đó truyền bá *Tịnh độ tông* ở Nhật là ngài Nguyên Không, và chính ngài mới thật sự sáng lập được một *Tịnh độ tông* với số môn đồ rất đông. Ngài còn được tôn xưng một số danh hiệu khác như *Pháp Nhiên Thượng nhân, Cát Thủy Đại sư, Cát Thủy Thánh nhân* và *Hắc Cốc Thượng nhân*.

Đại sư tên tiếng Nhật là *Hōnen*, nhưng người Trung Hoa thường biết ngài hơn với tên gọi Nguyên Không. Ngài sinh ngày 7 tháng 4 năm 1133 trong một gia đình quan chức ở tỉnh *Mimasaka*. Năm ngài vừa lên 8 tuổi (1141) thì cha ngài đã bị kẻ cướp giết hại. Trước khi chết ông có để lại lời di ngôn khuyên ngài xuất gia học đạo. Ngay năm sau đó, ngài xuống tóc xuất gia với ngài Quán Giác ở một ngôi chùa trong cùng tỉnh.

Năm 15 tuổi, ngài lên núi *Tỉ-duệ* theo các ngài *Nguyên Quang, Hoàng Viên* học tập giáo lý *Thiên Thai tông*. Tháng 9 năm 1151, ngài rời chỗ *Hoàng Viên*, đến *Hắc Cốc* tham học với ngài *Duệ Không*. Sau đó, ngài tiếp tục tham học với nhiều bậc danh sư đương thời, tinh thông giáo lý của hết thảy các tông phái. Chẳng hạn, ngài đến chùa *Hưng Phước* học với ngài *Tạng Tuấn*, bậc thầy của *Pháp tướng tông*; đến chùa *Đề Hồ* học với *Khoan Nhã*, là bậc danh sư của *Tam luận tông*; đến *Trung Xuyên* học với ngài *Thật Phạm* thuộc *Chân ngôn tông*; đến chùa *Nhân Hòa* học với ngài *Khánh Nhã*, bậc thầy của *Hoa nghiêm tông*...

Nhưng đến năm 1175 ngài mới có dịp đọc qua những trước tác của ngài Thiện Đạo, người đã khai sáng *Tịnh độ tông* ở Trung Hoa. Ngài rất tâm đắc với những gì được ngài Thiện Đạo giảng giải, và kết luận rằng giáo lý *Tịnh độ tông* là thích hợp nhất trong thời kỳ mạt pháp, khi mà căn lành của con người đã sa sút, trí tuệ cạn cợt.

Từ đó ngài liền dời đến ở núi Cát Thủy, hoằng truyền giáo lý *Tịnh độ*, hết lòng khuyên người niệm Phật cầu vãng sinh. Công cuộc hoằng pháp của ngài đã nhanh chóng thiết lập được nền móng vững chắc cho *Tịnh độ tông* tại Nhật Bản. Về sau, hoàng hậu đương triều có thỉnh ngài vào cung truyền giới.

Cách truyền pháp của ngài phá bỏ truyền thống phân biệt giai cấp đã có từ xa xưa trong xã hội. Đối với người đến cầu đạo, ngài không phân biệt giàu, nghèo, sang, hèn, hết thảy đều đối xử như nhau, đều khuyên họ cùng tham gia việc niệm Phật và đoan chắc là chỉ cần hết lòng niệm Phật thì bất cứ ai cũng sẽ được vãng sinh về cõi Phật. Nhờ vậy, pháp môn niệm Phật của ngài không bao lâu đã lan rộng trong khắp mọi tầng lớp xã hội. *Tịnh độ tông* trở nên cực kỳ hưng thịnh.

Sự hưng thịnh của *Tịnh độ tông* cũng không khỏi khơi dậy lòng ganh ghét của một số kẻ xấu. Bọn chúng dâng sớ tấu lên triều đình, nói rằng *Tịnh độ tông* dạy người hủy báng giới luật, cần phải bị cấm chỉ không cho hoạt động. Khi ấy lại có hai môn đồ của ngài là *An Lạc* và *Trụ Liên* cùng sáng lập *Biệt Thời Niệm Phật Hội* ở *Lộc Cốc*, có người cung nữ của thượng hoàng gặp việc ức chế, chán lìa trần thế, tự tìm đến *Biệt Thời Niệm Phật Hội* xuống tóc xuất gia. Những kẻ ganh ghét ngài nhân dịp đó liền sàm tấu lên thượng hoàng rằng môn đồ của Pháp Nhiên khuyến dụ cung nữ xuất gia. Thượng hoàng nổi giận, hạ lệnh xử *An Lạc* và *Trụ Liên* tội chết, và đày Pháp Nhiên ra một vùng biên giới, nay thuộc huyện Cao Tri.

Khi ấy là vào tháng 2 năm 1207, ngài đã được 74 tuổi nhưng vẫn nói với môn đồ rằng đây là một cơ hội tốt để truyền đạo ở những vùng hoang vu nơi biên giới. Ngài chịu lưu đày qua 10 tháng thì có lệnh xá miễn vào tháng 12 cùng năm ấy, nhưng không cho phép ngài về kinh. Ngài liền đến ở chùa Thắng Vĩ thuộc phủ Đại Phản, tiếp tục truyền dạy pháp môn niệm Phật.

Năm 1211, triều đình ban lệnh ân xá, cho phép ngài về kinh đô. Ngài đến ở một thiền phòng ở núi Đại Cốc. Sang năm sau, vào ngày 25 tháng giêng, ngài nằm ngay ngắn quay đầu về phương bắc, mặt hướng về phương tây, niệm danh hiệu Phật *A-di-đà* rồi an nhiên thị tịch, thọ 79 tuổi.

Sau đó, thiên hoàng Nhật Bản truy phong cho ngài các danh hiệu như Viên Quang Đại sư, Đông Tiệm Đại sư, Huệ Thành Đại sư, Hoằng Giác Đại sư, và Từ Giáo Đại sư.

HỌC THUYẾT

A. Học thuyết: Thuyết niệm Phật vãng sinh được giảng rõ trong các bộ kinh căn bản của *Tịnh độ tông*. Theo thuyết này, chúng sinh dù tạo nhiều ác nghiệp, chỉ cần có đủ niềm tin vào đức Phật *A-di-đà*, hết lòng xưng niệm danh hiệu của ngài thì đều có thể được vãng sinh về thế giới của ngài, tức là cõi *Tây phương Tịnh độ*, hay cõi Cực lạc.

Cơ sở của niềm tin này là 48 lời đại nguyện của đức Phật *A-di-đà* từ khi ngài còn hành đạo Bồ Tát. Theo đó, khi ngài thành Phật, nếu có bất cứ chúng sinh nào phát tâm cầu được sinh về cõi thế giới của ngài, thành tâm xưng niệm danh hiệu của ngài, ngài sẽ hiện đến trước mặt người ấy vào lúc lâm chung để tiếp dẫn cho được vãng sinh như nguyện.

Như vậy, điểm khác biệt căn bản giữa thuyết *Tịnh độ* với các thuyết khác là niềm tin vào *tha lực*, kết hợp với *tự lực* của người tu. Nhờ có sự kết hợp này, nên ngay cả khi người niệm Phật còn nhiều ác nghiệp vẫn có thể được vãng sinh về cõi Phật, gọi là "*đới nghiệp vãng sinh*".

Vì những chúng sinh còn nhiều ác nghiệp vẫn có thể vãng sinh, nên khi sinh về cõi Phật cũng không phải tất cả mọi chúng sinh đều như nhau, mà tùy theo hạnh nghiệp trước đó sẽ được hóa sinh vào một trong 9 phẩm. Tùy theo mức độ tu tập và hạnh nghiệp, chúng sinh khi vãng sinh về cõi thế giới Cực lạc sẽ hóa sinh từ bậc thấp nhất là *Hạ phẩm*, bậc trung bình là *Trung phẩm* và bậc cao nhất là *Thượng phẩm*. Trong mỗi bậc đều có phân ra từ *Hạ sinh* cho đến *Trung sinh*, rồi đến *Thượng sinh*. Như vậy, có cả thảy là 9 bậc, từ *Hạ phẩm Hạ sinh* là thấp nhất cho đến *Thượng phẩm Thượng sinh* là cao nhất.

Giáo lý *Tịnh độ tông* dạy rằng, con người vào thời mạt pháp, khi chánh pháp đã suy vi, thường không có đủ căn lành và trí tuệ như các bậc hiền thánh xưa kia. Vì vậy, việc tu chứng theo các pháp môn khác là cực kỳ khó khăn. Trong khi đó, việc tu theo pháp môn niệm Phật không đòi hỏi nhiều trí tuệ, chỉ cần có đủ quyết tâm và đức tin là bất cứ ai cũng có thể thực hiện và đạt được kết quả viên mãn.

Điều này cũng ví như người muốn mang hòn đá nặng qua sông, nếu không có sức mạnh thì không thể làm nổi. Nhưng nếu biết dùng một chiếc thuyền, đặt hòn đá lên trên đó thì có thể nhẹ nhàng chèo đi mà vẫn đưa hòn đá được sang bên kia sông! Chiếc thuyền của người tu *Tịnh độ* chính là nguyện lực của đức Phật *A-di-đà*. Nếu người tu biết nương vào đó thì dù sức yếu vẫn có thể làm được việc rất khó làm, nghĩa là được sinh về cõi Phật.

Thật ra, tất cả các tông phái khác nhau của đạo Phật cũng đều có yếu tố đức tin vào chư Phật. Điều khác biệt ở đây là *Tịnh độ tông* nhấn mạnh vào đức tin này nhiều hơn, và không chỉ tin vào đức Phật, mà còn là tin vào nguyện lực tiếp dẫn rất cụ thể của ngài.

Một điểm rất đáng chú ý là giáo lý của *Tịnh độ tông* hoàn toàn không tương phản hay làm ngăn ngại việc tiếp nhận giáo lý của các tông phái khác. Chính điểm đặc biệt này đã khiến cho *Tịnh độ tông* ngày càng thâm nhập rất sâu vào tất cả các tông phái khác, và việc niệm Phật dần trở nên một pháp môn quen thuộc đối với tất cả mọi tín đồ Phật giáo.

Từ khoảng sau thế kỷ 9, ngay cả *Thiền tông* cũng có nhiều bậc đại sư cổ xúy việc "*Thiền-Tịnh song tu*", nghĩa là kết hợp cả việc tu thiền và việc niệm Phật cầu vãng sinh. Khuynh hướng này hiện đến nay vẫn còn phổ biến ở hầu hết các chùa.

B. 48 đại nguyện của đức Phật *A-di-đà*: Đức tin căn bản của *Tịnh độ tông* được dựa trên nguyện lực của đức Phật *A-di-đà*. Vì thế, nội dung 48 lời nguyện của ngài từ khi còn hành đạo Bồ Tát là rất quan trọng để giúp người niệm Phật sinh khởi lòng tin. Bốn mươi tám lời đại nguyện này được ghi chép đầy đủ trong *Đại A-di-đà kinh*. Trong kinh *Vô Lượng Thọ* cũng có đủ 48 lời nguyện này, nhưng sự sắp xếp trật tự có phần khác và nội dung cũng có phần giản lược hơn. Để giúp quý độc giả tiện việc tham khảo, chúng tôi chọn dịch và giới thiệu nội dung 48 lời nguyện này theo kinh *Đại A-di-đà*, bản Hán văn do Quốc học Tiến sĩ Vương Nhật Hưu đời Tống hiệu chỉnh và biên tập.

Đại nguyện thứ nhất: Sau khi ta thành Phật, nguyện

cho nhân dân trong cõi nước của ta tránh khỏi ba đường ác: *Địa ngục, Ngạ quỉ, Súc sanh,* cho đến không có các loài trùng bọ biết bò, biết bay, biết động đậy... Nếu không được vậy, ta quyết không thành Phật.

Đại nguyện thứ nhì: Sau khi ta thành Phật, nguyện cho trong cõi nước của ta không có nữ giới. Tất cả chư thiên, loài người cho đến các loài trùng bọ biết bò, biết bay, biết động đậy... trong vô số thế giới khác, nếu được sinh về cõi nước của ta đều sẽ hóa sinh ra từ hoa sen quý trong hồ nước bằng bảy báu. Nếu không được vậy, ta quyết không thành Phật.

Đại nguyện thứ ba: Sau khi ta thành Phật, nguyện cho chúng sinh trong cõi nước của ta khi muốn ăn liền có trăm vị ngon lạ tự nhiên hiện ra trong bát quý bằng bảy báu. Sau khi ăn xong thì bát ấy tự nhiên biến mất. Nếu không được vậy, ta quyết không thành Phật.

Đại nguyện thứ tư: Sau khi ta thành Phật, chúng sinh trong cõi nước của ta khi cần đến y phục thì vừa nghĩ đến liền có ngay đúng như ý muốn, không bao giờ phải cần đến những việc cắt, may, nhuộm, sửa... Nếu không được vậy, ta quyết không thành Phật.

Đại nguyện thứ năm: Sau khi ta thành Phật, nguyện cho trong cõi nước của ta từ mặt đất lên tận hư không đều có những cung điện lầu gác xinh đẹp, có đủ các hương thơm vi diệu hợp thành. Hương thơm ấy xông khắp các thế giới trong mười phương. Những chúng sinh nào ngửi được mùi hương ấy đều phát tâm tu theo hạnh Phật. Nếu không được vậy, ta quyết không thành Phật.

Đại nguyện thứ sáu: Sau khi ta thành Phật, nguyện cho chúng sinh trong cõi nước của ta đều thương yêu kính trọng lẫn nhau, không có lòng ganh ghét oán giận. Nếu không được vậy, ta quyết không thành Phật.

Đại nguyện thứ bảy: Sau khi ta thành Phật, nguyện cho chúng sinh trong cõi nước của ta đều không có các tâm tham lam, sân hận và si mê. Nếu không được vậy, ta quyết không thành Phật.

Đại nguyện thứ tám: Sau khi ta thành Phật, nguyện cho chúng sinh trong cõi nước của ta đều cùng một tâm lành, không nghi ngờ lẫn nhau. Có điều gì vừa muốn nói ra thì tự nhiên đều hiểu được ý nhau. Nếu không được vậy, ta quyết không thành Phật.

Đại nguyện thứ chín: Sau khi ta thành Phật, nguyện cho chúng sinh trong cõi nước của ta đều không nghe biết đến những danh từ chỉ sự bất thiện, huống chi là thật có những điều ấy. Nếu không được vậy, ta quyết không thành Phật.

Đại nguyện thứ mười: Sau khi ta thành Phật, nguyện cho chúng sinh trong cõi nước của ta đều biết rõ thân thể là hư huyễn, không có tâm tham đắm. Nếu không được vậy, ta quyết không thành Phật.

Đại nguyện thứ mười một: Sau khi ta thành Phật, nguyện cho chúng sinh trong cõi nước của ta tuy có phân ra loài người và chư thiên khác nhau, nhưng đều có hình thể toàn một màu vàng ròng, vẻ mặt đoan chánh đẹp đẽ, không ai có những nét xấu xí. Nếu không được vậy, ta quyết không thành Phật.

Đại nguyện thứ mười hai: Sau khi ta thành Phật, ví như chư thiên và loài người trong khắp vô lượng thế giới mười phương, cho đến các loài trùng bọ biết bò, biết bay, biết động đậy... thảy đều được sinh làm người, đều tu tập chứng quả Thanh văn, Duyên giác, đều tu thiền đạt đến mức nhất tâm, rồi cùng nhau muốn tính đếm tuổi thọ của ta. Tính đếm như vậy trong cả ngàn muôn vạn kiếp cũng không một ai có thể biết được. Nếu không được vậy, ta quyết không thành Phật.

Đại nguyện thứ mười ba: Sau khi ta thành Phật, ví như chư thiên và loài người trong khắp vô lượng thế giới mười phương, cho đến các loài trùng bọ biết bò, biết bay, biết động đậy... thảy đều được sinh làm người, đều tu tập chứng quả Thanh văn, Duyên giác, đều tu thiền đạt đến mức nhất tâm, rồi cùng nhau muốn tính đếm số chúng sinh trong cõi nước của ta. Tính đếm như vậy trong cả ngàn muôn vạn kiếp cũng không một ai có thể biết được. Nếu không được vậy, ta quyết không thành Phật.

Đại nguyện thứ mười bốn: Sau khi ta thành Phật, nguyện cho chúng sinh trong cõi nước của ta đều có thọ mạng dài lâu vô số kiếp, không ai có thể tính đếm được. Nếu không được vậy, ta quyết không thành Phật.

Đại nguyện thứ mười lăm: Sau khi ta thành Phật, nguyện cho chúng sinh trong cõi nước của ta thảy đều được thọ hưởng những sự khoái lạc không khác gì các bậc *tỳ-kheo* đã dứt sạch lậu hoặc. Nếu không được vậy, ta quyết không thành Phật.

Đại nguyện thứ mười sáu: Sau khi ta thành Phật, nguyện cho chúng sinh trong cõi nước của ta đều trụ nơi địa vị chánh tín, lìa xa mọi tư tưởng điên đảo, phân biệt, các căn đều tịch tĩnh, dừng lắng cho đến lúc đạt được *Niết-bàn*. Nếu không được vậy, ta quyết không thành Phật.

Đại nguyện thứ mười bảy: Sau khi ta thành Phật, sự thuyết giảng kinh điển và tu hành đạo pháp đều nhiều hơn gấp mười lần so với chư Phật. Nếu không được vậy, ta quyết không thành Phật.

Đại nguyện thứ mười tám: Sau khi ta thành Phật, nguyện cho tất cả chúng sinh trong cõi nước của ta đều rõ biết hết thảy những kiếp quá khứ, biết được mọi sự việc đã xảy ra trong trăm ngàn muôn ức *na-do-tha* kiếp. Nếu không được vậy, ta quyết không thành Phật.

Đại nguyện thứ mười chín: Sau khi ta thành Phật, nguyện cho tất cả chúng sinh trong cõi nước của ta đều được thiên nhãn, nhìn thấy khắp trăm ngàn ức *na-do-tha* thế giới. Nếu không được vậy, ta quyết không thành Phật.

Đại nguyện thứ hai mươi: Sau khi ta thành Phật, nguyện cho tất cả chúng sinh trong cõi nước của ta đều được thiên nhĩ, nghe được tiếng thuyết pháp của trăm ngàn ức *na-do-tha* chư Phật. Nghe rồi liền có thể nhận lãnh làm theo. Nếu không được vậy, ta quyết không thành Phật.

Đại nguyện thứ hai mươi mốt: Sau khi ta thành Phật, nguyện cho tất cả chúng sinh trong cõi nước của ta đều được tha tâm trí, rõ biết được tâm niệm của hết thảy chúng sinh trong trăm ngàn ức *na-do-tha* thế giới. Nếu không được vậy, ta quyết không thành Phật.

Đại nguyện thứ hai mươi hai: Sau khi ta thành Phật, nguyện cho tất cả chúng sinh trong cõi nước của ta đều được phép *Thần túc*, chỉ trong khoảng thời gian của một niệm có thể vượt qua được trăm ngàn ức *na-do-tha* thế giới. Nếu không được vậy, ta quyết không thành Phật.

Đại nguyện thứ hai mươi ba: Sau khi ta thành Phật, danh hiệu của ta vang truyền khắp vô số thế giới trong mười phương. Hết thảy chư Phật trong các thế giới ấy, mỗi vị đều ở giữa đại chúng mà xưng tán công đức của ta cùng ca ngợi cõi thế giới thù thắng của ta. Hết thảy chư thiên, loài người, cho đến các loài trùng bọ biết bò, biết bay, biết động đậy... khi nghe được danh hiệu của ta, chỉ cần phát khởi tâm lành mừng vui hoan hỷ, thì hết thảy đều sẽ được sinh về thế giới của ta. Nếu không được vậy, ta quyết không thành Phật.

Đại nguyện thứ hai mươi bốn: Sau khi ta thành Phật, hào quang trên đỉnh đầu của ta chiếu sáng rực rỡ nhiệm mầu, vượt hơn ánh sáng của mặt trời mặt trăng đến trăm ngàn vạn lần. Nếu không được vậy, ta quyết không thành Phật.

Đại nguyện thứ hai mươi lăm: Sau khi ta thành Phật, hào quang của ta chiếu sáng đến khắp những chỗ tối tăm u ám trong vô số cõi thế giới, khiến cho đều sáng rực. Hết thảy chư thiên và loài người, cho đến các loài trùng bọ biết bò, biết bay, biết động đậy... khi được thấy hào quang của ta rồi thảy đều sinh khởi lòng từ, muốn làm việc thiện, rồi tất cả đều được sinh về thế giới của ta. Nếu không được vậy, ta quyết không thành Phật.

Đại nguyện thứ hai mươi sáu: Sau khi ta thành Phật, chư thiên và loài người trong vô số cõi thế giới, cho đến các loài trùng bọ biết bò, biết bay, biết động đậy... khi được hào quang của ta chiếu vào thân thể liền được thân tâm từ hòa hơn cả chư thiên. Nếu không được vậy, ta quyết không thành Phật.

Đại nguyện thứ hai mươi bảy: Sau khi ta thành Phật, chư thiên và loài người trong vô số cõi thế giới, nếu có ai phát tâm Bồ-đề, vâng giữ trai giới, thực hành sáu pháp ba-la-mật, tu các công đức, hết lòng phát nguyện được sinh về thế giới của ta, thì khi người ấy lâm chung ta sẽ cùng với đại chúng hiện đến trước mặt, tiếp dẫn người ấy sinh về thế giới của ta, làm bậc Bồ Tát trụ ở địa vị không còn thối chuyển. Nếu không được vậy, ta quyết không thành Phật.

Đại nguyện thứ hai mươi tám: Sau khi ta thành Phật, chư thiên và loài người trong vô số cõi thế giới, nếu có ai được nghe danh hiệu của ta liền thắp hương, dâng hoa, dùng các thứ đèn đuốc, cờ phướn trang nghiêm, cúng dường trai tăng, xây dựng chùa tháp, giữ gìn trai giới thanh tịnh, làm các việc thiện, một lòng nhớ nghĩ đến ta, cho dù chỉ trong một ngày một đêm không gián đoạn, cũng chắc chắn sẽ được sinh về cõi thế giới của ta. Nếu không được vậy, ta quyết không thành Phật.

Đại nguyện thứ hai mươi chín: Sau khi ta thành Phật, chư thiên và loài người trong vô số cõi thế giới, nếu có ai hết lòng tin tưởng muốn được sinh về cõi thế giới của ta, chỉ cần niệm rõ lên danh hiệu của ta mười tiếng, hết thảy liền được sinh về cõi thế giới của ta, chỉ trừ ra những kẻ phạm vào năm tội nghịch[1] hoặc phỉ báng Chánh pháp. Nếu không được vậy, ta quyết không thành Phật.

Đại nguyện thứ ba mươi: Sau khi ta thành Phật, chư thiên và loài người trong vô số cõi thế giới, cho đến các loài trùng bọ biết bò, biết bay, biết động đậy... nếu như trong tiền kiếp đã từng làm các việc ác, nay được nghe danh hiệu của ta liền hết lòng sám hối, quay sang làm thiện, vâng giữ giới luật, thọ trì kinh điển, phát nguyện được sinh về thế giới của ta, thì khi lâm chung liền không bị đọa vào trong ba đường ác, thẳng tắt một đường sinh về thế giới của ta, mọi chỗ mong cầu đều được như ý. Nếu không được vậy, ta quyết không thành Phật.

Đại nguyện thứ ba mươi mốt: Sau khi ta thành Phật, chư thiên và loài người trong vô số cõi thế giới, nếu ai được nghe danh hiệu của ta liền cúi đầu sát đất lễ lạy cung kính, mừng vui tin tưởng phát tâm ưa muốn tu theo hạnh Bồ Tát, liền được hết thảy chư thiên và người đời kính trọng. Nếu không được vậy, ta quyết không thành Phật.

Đại nguyện thứ ba mươi hai: Sau khi ta thành Phật, hết thảy nữ nhân trong vô số cõi thế giới, nếu được nghe danh hiệu của ta liền mừng vui tin tưởng, phát tâm Bồ-đề, sinh lòng chán ghét thân nữ. Sau khi lâm chung liền không

---

[1] Năm tội nghịch: Năm tội lớn phải đọa vào địa ngục Vô gián, gồm có: giết cha, giết mẹ, giết A-la-hán, phá hòa hợp tăng, làm thân Phật chảy máu.

còn phải thọ sinh làm thân nữ. Nếu không được vậy, ta quyết không thành Phật.

Đại nguyện thứ ba mươi ba: Sau khi ta thành Phật, những chúng sinh nào sinh về cõi thế giới của ta đều là hàng Bồ Tát *Nhất sinh bổ xứ*,[1] trừ ra những vị có phát nguyện sinh về những thế giới khác để giáo hóa chúng sinh, tu hạnh Bồ Tát, cúng dường chư Phật liền được tùy ý sinh về phương ấy. Ta sẽ dùng sức oai thần khiến cho vị ấy giáo hóa được hết thảy chúng sinh đều phát khởi lòng tin, tu hạnh Bồ-đề, hạnh Phổ Hiền, hạnh tịch diệt, Phạm hạnh thanh tịnh, hạnh cao trổi nhất, cùng với hết thảy các hạnh lành. Nếu không được vậy, ta quyết không thành Phật.

Đại nguyện thứ ba mươi bốn: Sau khi ta thành Phật, những chúng sinh nào ở thế giới của ta muốn sinh về thế giới khác liền được như ý nguyện nhưng không còn phải đọa vào trong ba đường ác. Nếu không được vậy, ta quyết không thành Phật.

Đại nguyện thứ ba mươi lăm: Sau khi ta thành Phật, các vị Bồ Tát trong thế giới của ta dùng đủ loại hương hoa, cờ phướn, trân châu, chuỗi ngọc, cùng với đủ mọi thứ phẩm vật cúng dường, muốn hiện đến vô số cõi thế giới để cúng dường chư Phật, liền chỉ trong khoảng thời gian của một bữa ăn có thể hiện đến đủ khắp mọi nơi. Nếu không được vậy, ta quyết không thành Phật.

Đại nguyện thứ ba mươi sáu: Sau khi ta thành Phật, các vị Bồ Tát trong thế giới của ta nếu muốn dùng đủ mọi thứ phẩm vật cúng dường để cúng dường vô số chư Phật trong mười phương, liền tức thời hiện đến trước các vị Phật ấy với đầy đủ mọi thứ phẩm vật. Cúng dường rồi, ngay trong ngày

---

[1] Bồ Tát Nhất sinh bổ xứ: bậc Bồ Tát đã viên mãn hạnh nguyện, chỉ còn một lần đản sinh duy nhất nữa là thành Phật.

ấy chưa đến giờ thọ trai đã kịp trở về. Nếu không được vậy, ta quyết không thành Phật.

Đại nguyện thứ ba mươi bảy: Sau khi ta thành Phật, các vị Bồ Tát trong thế giới của ta thọ trì kinh pháp, tụng đọc, giảng thuyết, liền có đủ biện tài trí huệ. Nếu không được vậy, ta quyết không thành Phật.

Đại nguyện thứ ba mươi tám: Sau khi ta thành Phật, các vị Bồ Tát trong thế giới của ta có thể giảng thuyết hết thảy các pháp, được biện tài trí huệ không hạn lượng. Nếu không được vậy, ta quyết không thành Phật.

Đại nguyện thứ ba mươi chín: Sau khi ta thành Phật, các vị Bồ Tát trong thế giới của ta đều được sức mạnh như lực sĩ *Kim cang na-la-diên* ở cõi trời, thân thể đều toàn một màu sáng đẹp như vàng tử ma, có đủ ba mươi hai tướng tốt, tám mươi vẻ đẹp, giảng kinh hành đạo không khác gì chư Phật. Nếu không được vậy, ta quyết không thành Phật.

Đại nguyện thứ bốn mươi: Sau khi ta thành Phật, cõi thế giới của ta thanh tịnh soi chiếu khắp vô lượng thế giới trong mười phương. Các vị Bồ Tát nếu muốn nhìn vào trong cây quý để thấy được hết thảy những cõi Phật trang nghiêm thanh tịnh trong khắp mười phương, liền tức thời nhìn thấy hiện ra đầy đủ như trong tấm gương sáng ở ngay trước mặt. Nếu không được vậy, ta quyết không thành Phật.

Đại nguyện thứ bốn mươi mốt: Sau khi ta thành Phật, những vị Bồ Tát trong cõi thế giới của ta, dù có ít công đức cũng có thể thấy biết được cây bồ-đề nơi đạo tràng của ta cao đến bốn ngàn do-tuần. Nếu không được vậy, ta quyết không thành Phật.

Đại nguyện thứ bốn mươi hai: Sau khi ta thành Phật, hết thảy chư thiên và loài người cùng với vạn vật trong cõi thế giới của ta đều trang nghiêm thanh tịnh, sáng suốt đẹp đẽ, hình dáng và màu sắc đều đặc biệt kỳ diệu, nhiệm mầu tinh tế đến mức không ai có thể nói hết được. Chúng sinh dù có đạt được thiên nhãn cũng không thể phân biệt gọi tên hay tính đếm được hết mọi thứ trong thế giới của ta. Nếu không được vậy, ta quyết không thành Phật.

Đại nguyện thứ bốn mươi ba: Sau khi ta thành Phật, hết thảy chúng sinh trong cõi thế giới của ta, tùy theo chí nguyện, nếu muốn nghe pháp liền tức thời được nghe. Nếu không được vậy, ta quyết không thành Phật.

Đại nguyện thứ bốn mươi bốn: Sau khi ta thành Phật, hết thảy hàng Bồ Tát hay Thanh văn trong cõi thế giới của ta đều có đủ trí huệ, thần lực, trên đỉnh đầu cũng có hào quang chiếu sáng, tiếng nói phát ra vang rền, lưu loát, giảng kinh hành đạo đều không khác với chư Phật. Nếu không được vậy, ta quyết không thành Phật.

Đại nguyện thứ bốn mươi lăm: Sau khi ta thành Phật, các vị Bồ Tát ở những phương khác được nghe danh hiệu của ta đều quy y tinh tấn, đều được phép *Tam-muội thanh tịnh giải thoát*. Các vị trụ yên nơi phép *tam-muội* này thì chỉ trong thời gian một ý niệm khởi lên đã có thể cúng dường vô số chư Phật mà vẫn không rời khỏi thiền định. Nếu không được vậy, ta quyết không thành Phật.

Đại nguyện thứ bốn mươi sáu: Sau khi ta thành Phật, các vị Bồ Tát ở những phương khác được nghe danh hiệu của ta đều quy y tinh tấn, đều được phép *Tam-muội Phổ đẳng*, từ đó cho đến khi thành Phật luôn thường được nhìn thấy vô số chư Phật. Nếu không được vậy, ta quyết không thành Phật.

Đại nguyện thứ bốn mươi bảy: Sau khi ta thành Phật, các vị Bồ Tát ở những phương khác được nghe danh hiệu của ta đều quy y tinh tấn, liền được ngay địa vị không còn thối chuyển. Nếu không được vậy, ta quyết không thành Phật.

Đại nguyện thứ bốn mươi tám: Sau khi ta thành Phật, các vị Bồ Tát ở những phương khác được nghe danh hiệu của ta đều quy y tinh tấn, liền được ngay các bậc nhẫn nhục từ thứ nhất, thứ hai cho đến thứ ba,[1] đều được phép *Tam-muội thanh tịnh giải thoát*. Các vị trụ yên nơi phép *tam-muội* này thì chỉ trong thời gian một ý niệm khởi lên đã có thể cúng dường vô số chư Phật mà vẫn không rời khỏi thiền định. Nếu không được vậy, ta quyết không thành Phật.

---

[1] Theo Quán Vô Lượng Thọ Kinh chú thì ba bậc nhẫn nhục gồm có: 1. Âm hưởng nhẫn: sự nhẫn nhục có được vì do nơi âm hưởng mà ngộ hiểu được chân lý. 2. Nhu thuận nhẫn: sự nhẫn nhục có được do nơi tâm trí huệ nhu nhuyễn, có thể tùy thuận theo chân lý. 3. Vô sanh pháp nhẫn: sự nhẫn nhục có được do chứng đắc thật tánh vô sanh, lìa hết mọi pháp tướng, chính là chỗ đạt đạo rốt ráo. Tuy nhiên, theo Duy thức luận quyển 9 thì 3 bậc nhẫn nhục là: 1. Nại oán hại nhẫn: nhẫn chịu được hết thảy mọi sự não hại, oán nghịch do chúng sinh hữu tình gây ra. 2. An thọ khổ nhẫn: nhẫn chịu được hết thảy những nghịch cảnh, sự khổ não do ngoại cảnh gây ra, như nóng bức, rét lạnh... 3. Đế sát pháp nhẫn, cũng gọi là Vô sanh pháp nhẫn: do thấu hiểu lý vô sinh, thật tánh của các pháp nên nhẫn chịu được tất cả mà không khởi tâm nhẫn chịu.

TỔNG LUẬN

Đức Phật Thích-ca Mâu-ni khai sáng đạo Phật, trong hơn 49 năm thuyết pháp trên toàn cõi Ấn Độ đã giáo hóa cho đủ mọi tầng lớp khác nhau trong xã hội, từ hàng vua chúa quan quyền cho đến kẻ bần dân hạ tiện, từ những người thông minh dĩnh ngộ cho đến kẻ ngu dốt thiển cận, từ những người hiền hậu bẩm sinh cho đến kẻ độc ác giết người không chớp mắt... Tất cả đều có thể nhờ nơi giáo pháp của ngài mà đạt đến một cuộc sống thanh thản giải thoát; một cuộc sống thực sự có ý nghĩa, thực sự đáng sống; một cuộc sống luôn mang lại sự an vui lợi ích cho bản thân cũng như cho tất cả những người khác quanh mình.

Mặc dù sự thuyết pháp của đức Phật có giá trị lớn lao và đa dạng đến như thế, nhưng bản thân ngài chưa từng dạy đệ tử phải phân chia đạo Phật ra thành các tông phái khác nhau, cũng chưa từng phân biệt những kinh điển đã thuyết dạy ra thành những phần giáo lý khác nhau. Chỉ có một thực tế là, tùy theo đối tượng nghe pháp, ngài luôn chọn đúng phần giáo pháp thích hợp để giúp cho đối tượng ấy có thể lãnh hội được, có thể làm theo được, và nhờ đó mà có thể đạt được sự lợi ích.

Khi đức Phật nhập diệt, một thời gian rất lâu sau đó - ít nhất cũng là hơn 100 năm sau - kinh điển mới được ghi chép lại. Vì thế, trong số những người học Phật thời bấy giờ không tránh khỏi có một số điểm bất đồng về cách hiểu, hoặc về sự ghi nhớ lời dạy của đức Phật. Những điểm bất đồng này là một trong những nguyên nhân đầu tiên dẫn đến sự phân chia các bộ phái ngay chính trên vùng đất mà đạo Phật đã ra đời.

Nguyên nhân quan trọng thứ hai cần nhắc đến là sự khác biệt về môi trường xã hội, về tập tục, văn hóa khác nhau ở những địa phương khác nhau mà đạo Phật truyền đến. Do có những khác biệt này mà đạo Phật có sự phát triển khác nhau ở mỗi vùng. Tuy vẫn giữ được những nét chung về tổng thể nhưng không khỏi có những khác biệt nhỏ về cách hiểu và vận dụng giáo pháp trong đời sống, trong sự tu tập.

Vì những nguyên nhân trên - và một số nguyên nhân khác nữa - mà ngay trong thời kỳ đầu tiên của Phật giáo tại Ấn Độ cũng đã có sự phân chia thành các tông phái khác nhau. Các nhà nghiên cứu cho rằng ít nhất cũng đã có đến 18 tông phái khác nhau tại Ấn Độ trong thời kỳ phát triển đầu tiên của Phật giáo, nghĩa là trong khoảng từ khi đức Phật nhập diệt cho đến 500 năm sau đó.

Đạo Phật khi truyền sang Trung Hoa, Nhật Bản và cả nước ta nữa, cũng không tránh khỏi sự phân chia theo cách như trên. Chẳng hạn, *Mật tông* ở Ấn Độ khi truyền đến Trung Hoa thì trở thành *Chân ngôn tông*. Sự đổi tên này cho thấy người Trung Hoa với những tập tục khác biệt của mình đã có phần xem trọng yếu tố "*khẩu quyết*" hay *chân ngôn*, vốn thuộc về *khẩu mật*, hơn là các yếu tố *thân mật* và *ý mật*. Về mặt tổng quan, *Chân ngôn tông* của Trung Hoa cũng không khác nhiều với *Mật tông* ở Ấn Độ, nhưng về mặt vận dụng tu tập hoặc một số lễ nghi chi tiết, rõ ràng là đã có những sự thay đổi nhất định. Vấn đề cũng sẽ tương tự như thế nếu ta khảo sát đến hình thức *Mật tông* khi truyền sang và phát triển tại Tây Tạng.

Hiểu được những nguyên tắc nêu trên, chúng ta sẽ không lấy làm lạ khi thấy có những sự phân chia tông phái trong suốt quá trình Phật giáo được truyền bá và phát triển. Và cũng nhờ nắm hiểu được những nguyên tắc ấy, chúng ta sẽ thấy rằng về mặt tổng quan, các tông phái của đạo Phật không hề có sự khác biệt mâu thuẫn nhau, mà ngược lại còn mang tính bổ sung cho nhau để làm cho giáo lý đạo Phật được truyền dạy ra khắp nơi một cách hiệu quả nhất, đến với nhiều người nhất. Bất cứ khi nào một tông phái bị thay đổi, biến dạng đến mức không còn phù hợp với những nguyên tắc chung của giáo lý nhà Phật, tông phái ấy sẽ bị loại trừ ra khỏi đại gia đình Phật giáo. Đó là trường hợp của *Chân ngôn tông* khi tông phái này không có được những người kế thừa chân chánh, nên ngày càng lún sâu vào những niềm tin mù quáng theo kiểu mê tín dị đoan và những kiểu phù phép không liên quan gì đến giáo lý nhà Phật.

Trong tập sách này, chúng ta đã điểm qua một số những tông phái lớn, nổi bật nhất trong quá trình phát triển của đạo Phật tại Trung Hoa. Mặc dù đây chỉ có thể xem là một quá trình *"cưỡi ngựa xem hoa"*, vì với một lịch sử hình thành và phát triển trong nhiều thế kỷ, với những phần giáo lý tinh hoa của hầu hết các bậc tổ sư chân truyền, mà chỉ gói gọn trong hơn trăm trang sách thì quả là chuyện hoàn toàn không thể được! Tuy nhiên, chúng tôi thực sự đã cố gắng làm điều *"không thể được"* đó, chỉ là vì nôn nóng muốn giới thiệu với quý vị độc giả những gì tinh túy nhất của đạo Phật; và vì xét thấy rằng quá trình phát triển của Phật giáo tại Trung Hoa có những ảnh hưởng nhất định đến những tư tưởng và sự nhận hiểu giáo lý đạo Phật tại Việt Nam, thông qua việc chúng ta đã và đang sử dụng những kinh luận trong Hán tạng. Hầu hết những kinh luận đó đều có sự đóng góp của các vị cao tăng Trung Hoa, từ việc dịch thuật sang Hán văn cho đến biên soạn các phần sớ giải hoặc trước tác luận nghị.

Chúng tôi nghĩ rằng, việc tìm hiểu sơ lược qua những dòng tư tưởng khác nhau trong các tông phái của đạo Phật sẽ giúp chúng ta có được một nhận thức đúng đắn và toàn diện hơn về các phần giáo lý của đạo Phật. Những công trình nghiên cứu sâu rộng hơn chắc chắn phải cần đến nhiều thời gian và sự đóng góp công sức của nhiều người, và vì thế mà điều chắc chắn là chúng ta sẽ phải chờ đợi khá lâu trước khi những công trình như thế - nếu có - được hoàn tất. Và trong thời gian chờ đợi ấy, tập biên khảo này cũng có thể tạm xem như một ngụm nước mát làm dịu đi cơn khát bỏng giữa trưa hè oi ả. Vì thế, chúng tôi hoàn toàn không mong là quý độc giả sẽ đánh giá cao tập biên khảo này, nhưng lại rất hy vọng là quý vị sẽ tìm thấy ở đây một đôi phần lợi ích cho việc tu tập.

Chúng ta đều biết là giáo lý đạo Phật nhìn chung được chia thành hai phần rõ nét nhất là *Tiểu thừa* và *Đại thừa*. Các tông phái của đạo Phật cũng được phân chia trong phạm vi của hai phần giáo lý này. Chẳng hạn, *Câu-xá tông, Thành thật tông...* là thuộc về *Tiểu thừa*, trong khi *Hoa nghiêm tông, Thiên Thai tông...* là thuộc về *Đại thừa*. Dựa vào những nghiên cứu về mặt lịch sử, đến nay người ta vẫn cho rằng giáo lý *Tiểu thừa* được chính đức Phật truyền dạy từ khi còn tại thế, còn các kinh điển của *Đại thừa* chỉ xuất hiện sớm nhất cũng là vào đầu Công nguyên, nghĩa là sau khi đức Phật nhập diệt khoảng 5 thế kỷ. Tuy nhiên, đó là quan điểm của các nhà sử học, và khi tìm hiểu về đạo Phật, chúng ta không nên rơi vào hai sự nhầm lẫn rất thường gặp sau đây. Thứ nhất là sự nhầm lẫn giữa sử học và tôn giáo, thứ hai là sự nhầm lẫn giữa suy đoán và kết luận.

Về sự nhầm lẫn thứ nhất, đã có không ít người căn cứ vào nhận xét của các sử gia để cho rằng *kinh điển Đại thừa là "ngụy tạo", do người đời sau tạo ra và gán cho là Phật thuyết*. Đây chính là sự nhầm lẫn nghiêm trọng giữa sử học và tôn giáo. Vì sao vậy? Các sử gia chỉ làm việc căn cứ trên *dữ kiện*, và khi những dữ kiện mà họ tìm được không cho thấy bất cứ bằng chứng nào về sự tồn tại sớm hơn của kinh điển *Đại thừa* thì việc họ đưa ra một nhận xét như vậy là không có gì sai trái.

Nhưng về mặt tôn giáo thì không phải như thế. Tôn giáo được nghiên cứu dựa trên giáo pháp, và chúng ta không thể chỉ ra bất cứ sự mâu thuẫn hay bất hợp lý nào trong các kinh điển *Đại thừa* để có thể kết luận rằng đó không phải là do Phật thuyết. Sự phù hợp và phát triển một cách nhất quán, hợp lý trong hệ thống kinh văn *Đại thừa* không cho phép chúng ta nghi ngờ về xuất xứ của chúng.

Về mặt lịch sử, có thể là các kinh văn *Đại thừa* đã xuất hiện muộn hơn các kinh *Tiểu thừa*, nhưng điều đó hoàn toàn không có nghĩa là giáo pháp *Đại thừa* đã được hình thành sau *Tiểu thừa*. Chính từ những ghi chép trong kinh điển, chúng ta thấy là ngay trong thời gian đức Phật tại thế, ngài cũng đã thuyết dạy giáo pháp *Tiểu thừa* trước nhất, và mãi đến cuối đời, trước khi nhập *Niết-bàn* ngài mới thuyết dạy về phần giáo pháp rốt ráo nhất của *Đại thừa*. Điều đó cho thấy là trật tự xuất hiện của các phần giáo pháp ngay trong thời đức Phật đã cần có sự khác nhau, là do có sự tùy thuộc vào đối tượng nghe pháp. Chính vì thế mà việc giáo pháp *Đại thừa* do chính đức Phật truyền dạy nhưng phải đợi đến 5 thế kỷ sau mới được truyền bá rộng rãi cũng là điều hoàn toàn có thể hiểu được.

Cũng về mặt lịch sử, nếu chúng ta có thể hoài nghi về xuất xứ của các kinh *Đại thừa* chỉ vì chúng xuất hiện sau Phật nhập diệt khoảng 500 năm, thì cũng với lý do đó, chúng ta hoàn toàn có thể hoài nghi về xuất xứ của các kinh *Tiểu thừa*, vốn cũng xuất hiện sớm nhất là 100 năm sau Phật nhập diệt. Sự thật là, trong khoảng tối lịch sử hơn 100 năm sau Phật nhập diệt, các sử gia không thể tìm thấy bất cứ dữ kiện nào có thể làm bằng chứng cho sự tồn tại của cả hai phần giáo pháp!

Thế nhưng, sự tồn tại của giáo pháp là có thật, cho dù không phải dưới hình thức văn bản. Và nhân thân của một con người lịch sử như đức Phật *Thích-ca Mâu-ni* đã được xác nhận chắc chắn qua việc tìm thấy trụ đá do vua *A-dục* (cai trị từ năm 274 đến 236 trước Công nguyên) dựng lên tại khu vườn lịch sử *Lam-tì-ni* (*Lumdini*), ghi lại sự kiện đức Phật đã đản sinh nơi đây. Vì vậy, dù muốn hay không thì người ta vẫn phải thừa nhận rằng chính đức Phật là vị giáo chủ vĩ đại đã thuyết giảng toàn bộ phần giáo pháp được truyền khẩu trong hơn 100 năm sau đó, để rồi được ghi chép lại và hình thành Tam tạng kinh điển sau này. Và như thế, khả năng giáo pháp *Đại thừa* khi chưa tìm được điều kiện truyền bá thích hợp đã được các vị cao tăng âm thầm truyền nối dưới hình thức phi văn bản cho đến 5, 6 thế kỷ sau đó là hoàn toàn có thể xảy ra.

Điều này có lẽ sẽ trở nên phần nào dễ hiểu hơn nếu như chúng ta nhớ lại rằng trong thế kỷ 7, Lục tổ Huệ Năng cũng đã phải ẩn cư chờ đợi đến hơn 15 năm trước khi bắt đầu hoằng truyền pháp Thiền Đốn ngộ tại phương Nam!

Sự thật là xã hội Ấn Độ vào thời đức Phật ra đời cũng như sau đó 5 thế kỷ không phải là mảnh đất thuận lợi cho sự phát triển của giáo pháp *Đại thừa*. Đó là thời gian mà hình ảnh của vị "*sa-môn Thích tử*" vẫn còn được cung kính một cách tuyệt đối theo cách như đối với các giáo sĩ *Bà-la-môn*, nghĩa là theo truyền thống tôn giáo đã ngự trị từ nhiều thế kỷ trước đó. Và quần chúng đang chuyển dần trọng tâm sự kính ngưỡng của mình từ các vị *bà-la-môn* sang các vị *tỳ-kheo* xuất gia, nhưng lại chưa dám chấp nhận rằng chính bản thân mình cũng có thể trở nên tôn quý như các vị, mặc dù đó chính là điều đức Phật luôn thuyết dạy.

Giáo lý *Tiểu thừa* phù hợp với bối cảnh xã hội như thế, khi mà sự phân biệt giữa cư sĩ và tăng sĩ luôn được nhấn mạnh với một khoảng cách đáng kể, và càng có sự phân biệt rõ nét hơn nữa giữa các vị tăng sĩ thông thường với các vị thánh tăng *A-la-hán* được xem là đã chứng ngộ. Vì thế, không phải vô cớ khi tên gọi của một trong các bộ phái lớn của *Tiểu thừa* vào thời đầu lại là *Thượng tọa bộ*, một tên gọi nhấn mạnh đến *"vai vế"* cao vời của các vị tăng sĩ. Và cũng vì thế mà chúng tôi tin rằng chính bộ phái mang tên *Đại chúng bộ* phải là mảnh đất đã ươm mầm giáo pháp *Đại thừa* trong thời kỳ ấy.

Như vậy, sự xuất hiện khá muộn của các kinh văn *Đại thừa* rõ ràng là phải có những nguyên nhân nhất định, và điều đó không thể là lý do để chúng ta cho rằng những kinh văn ấy *"không phải do Phật thuyết"*. Các sử gia đưa ra nhận xét của họ dựa vào dữ kiện, nhưng về mặt tôn giáo, ta cần phải chú ý nhiều hơn đến nội dung giáo pháp thay vì là hình thức hay thời điểm được tìm thấy của các kinh văn.

Bây giờ nói về sự nhầm lẫn thứ hai mà chúng tôi gọi là sự nhầm lẫn giữa *suy đoán* và *kết luận*. Các sử gia đưa ra nhận xét rằng kinh điển *Đại thừa* xuất hiện sớm nhất cũng là vào khoảng đầu Công nguyên, đó chỉ là *sự suy đoán* dựa vào những dữ kiện *"hiện nay đang có được"*. Điều đó có nghĩa là, họ *không thể xác nhận* sự xuất hiện sớm hơn của các kinh văn *Đại thừa*, nhưng đồng thời cũng *không hề phủ nhận* rằng một sự tồn tại như thế là không thể có. Đối với họ, điều này tất nhiên còn phải tùy thuộc vào những dữ kiện mới có thể sẽ được tìm thấy trong tương lai, và họ hoàn toàn không đưa ra kết luận về vấn đề khi chưa tìm thấy được những dữ kiện có giá trị chứng minh điều ngược lại.

Thế nhưng có không ít người đã nhầm lẫn cho rằng nhận xét dựa vào *suy đoán* như trên của các sử gia là *kết luận* của vấn đề. Và vì thế nên họ mới dám dựa vào đó để đưa ra *"kết luận"* của riêng mình rằng kinh điển *Đại thừa* là *"ngụy tạo"*. Nếu chú ý đến sự khác biệt giữa suy đoán và kết luận, chúng ta sẽ thấy ngay rằng những kết luận được đưa ra tiếp theo như thế là hoàn toàn thiếu cơ sở chính xác, nếu không muốn nói là thật nông cạn và vô lý.

Lược qua đôi nét về sự phân chia thành hai nhóm *Tiểu thừa* và *Đại thừa* như trên là để quý độc giả có một cái nhìn kiên định rằng sau khi so sánh nội dung các phần giáo lý, chúng ta hoàn toàn có thể chắc chắn rằng cho dù là *Đại thừa* hay *Tiểu thừa* thì đó cũng đều là những phần giáo pháp do chính đức Phật đã thuyết dạy, chỉ là trong những hoàn cảnh khác nhau và dành cho những đối tượng khác nhau mà thôi.

Khi tìm hiểu về các tông phái của đạo Phật, có một điều mà chúng ta luôn dễ dàng nhận ra là các bậc tổ sư của mỗi tông phái đều không bao giờ tự giới hạn việc tu học trong phạm vi giáo lý của tông phái mình. Thay vì vậy, các vị thường tinh thông nhiều phần giáo lý khác nhau, và luôn biết cách vận dụng sáng tạo trong việc giáo hóa đồ chúng, khiến cho ai cũng có thể tiếp nhận và tu tập được. Điều này cho thấy là đối với các vị, việc phân chia thành các tông phái khác nhau chẳng qua chỉ là một phương tiện giúp cho người tu tập có thể dễ dàng chọn lựa và tìm học những phần giáo pháp khác nhau, sao cho phù hợp nhất với trình độ và căn cơ của mình.

Trong khi tìm hiểu về các tông phái ở Trung Hoa, chúng tôi cũng cố gắng đề cập đôi nét về sự truyền bá của các tông này sang Nhật Bản. Điều này tuy không trực tiếp có ảnh hưởng đến các dòng tư tưởng Phật học tại Việt Nam, nhưng sự nhận thức vấn đề trong quan hệ so sánh sẽ có thể giúp người đọc nhận ra được những nét tương đồng và khác biệt, để có được một nhận thức toàn diện hơn về mỗi một tông phái. Riêng đối với một số tông phái chỉ được hình thành riêng ở Nhật Bản như một chi phái của các tông lớn hơn và không có hoặc có liên hệ rất mờ nhạt với Phật giáo Việt Nam, chúng tôi tạm không đề cập đến trong sách này, chẳng hạn như *Pháp hoa tông* phát sinh từ *Thiên Thai tông*, *Chân tông* phát sinh từ *Tịnh độ tông*...

Nhìn lại lịch sử hình thành các tông phái, chúng ta có thể

nhận thấy một điểm chung là: tuy cơ sở giáo lý của mỗi tông phái thường xuất hiện rất sớm, nhưng một tông phái chỉ thực sự ra đời và phát triển khi có đủ những điều kiện thuận lợi nhất định cho việc truyền giáo cũng như phù hợp với các điều kiện lịch sử của xã hội vào thời điểm đó.

Lấy ví dụ như *Thành thật tông* chẳng hạn, đã được thành lập sớm hơn so với *Tam luận tông*, mặc dù cả hai đều dựa trên các bộ luận do ngài *Cưu-ma-la-thập* dịch sang Hán văn vào cùng một thời điểm. Hơn thế nữa, trong khi *Thành thật tông* được truyền bá và phát triển mạnh ngay từ đầu, thì *Tam luận tông* phải đợi đến ngài *Cát Tạng* (549 - 623) mới được phát triển mạnh. Sở dĩ như thế là vì khi giáo pháp buổi đầu truyền đến Trung Hoa, niềm tin và sự nhận hiểu còn chưa sâu rộng, người ta khó lòng chấp nhận những giáo pháp có phần uyên áo và sâu xa. Do đó mà *Thành thật tông* có thể nói là thích hợp để phát triển hơn so với *Tam luận tông*. Ngược lại, sau một thời gian phát triển đủ để tạo ra những ảnh hưởng nhất định, khi nhận thức của người học Phật đã được nâng lên đến một trình độ cao hơn, thì *Thành thật tông* lại bắt đầu bộc lộ những điểm yếu của mình, trong khi *Tam luận tông* lại tỏ ra chặt chẽ hơn, sâu sắc hơn, và vì thế lại trở nên thích hợp và phát triển mạnh mẽ hơn.

Vì thế, sự thịnh suy hưng hoại của các tông phái thật ra cũng chỉ là tuân theo quy luật chung của tất cả các pháp ở thế gian, tùy duyên tan hợp. Nhưng nhận xét về sự thịnh suy hưng hoại đó chỉ đúng khi ta nhìn các tông phái dưới góc độ là những phương tiện được sử dụng để truyền bá giáo pháp trong từng giai đoạn khác nhau. Còn về bản chất thật sự là giáo pháp mà các tông phái ấy truyền dạy thì lại chưa từng có sự thịnh suy hưng hoại. Chẳng hạn, hầu hết các tông phái cho đến ngày nay đều không còn phát triển như trong quá khứ, nhưng giáo pháp mà các tông phái ấy nghiên cứu và tu tập thì đến nay vẫn chưa từng thay đổi. Ngay đến như *Câu-*

xá tông là một tông đã mất đi từ lâu, nhưng bộ *Câu-xá luận* thì mãi đến nay vẫn là một bộ luận giá trị được nhiều người tìm học. Cũng vậy, những bộ kinh lớn như *Hoa nghiêm*, *Pháp hoa*... từ xưa nay bao giờ cũng được những người học Phật cung kính tìm học.

Người học Phật ngày nay có phần khác với xưa kia, không mấy ai đặt nặng vấn đề tông phái. Sự phân chia lớn nhất vẫn tồn tại cho đến ngày nay chỉ là giữa *Đại thừa* và *Tiểu thừa*. Tuy nhiên, theo cách nhìn của những người thực sự nhận hiểu được lời Phật dạy thì *Đại thừa* hay *Tiểu thừa* cũng đều là chân lý giải thoát do đức Phật truyền dạy, chỉ khác biệt nhau ở chỗ là giáo pháp nào thích hợp hơn với chính bản thân mỗi người mà thôi. Người tu tập theo giáo pháp *Tiểu thừa* mà thực sự có được đời sống an lạc thì vẫn là hơn xa so với những ai tự xưng là *Đại thừa* mà không tự giải thoát nổi cho chính bản thân mình!

Cho nên, dù là *Đại thừa* hay *Tiểu thừa*, chỉ cần người tu chịu tinh tấn hành trì theo đúng những lời Phật dạy thì chắc chắn sẽ đạt được sự giải thoát bản thân khỏi những khổ não trong cuộc sống. Và khi bản thân ta đã được thoát khổ thì mới có thể nói đến việc cứu giúp hay nâng đỡ cho những người quanh ta. Khi hiểu được điều này, chúng ta sẽ thấy rằng sự phân biệt giữa *Tiểu thừa* hay *Đại thừa* thật ra cũng không còn là điều quan trọng nữa. Quả thật hoàn toàn đúng như lời Phật dạy: *"Tất cả những gì mà đức Như Lai thuyết giảng đều có chung một vị duy nhất: đó là vị giải thoát."*

MỤC LỤC

Lời Nói Đầu 5

Câu-Xá Tông 9

Thành Thật Tông 19

Luật Tông 27

Pháp Tướng Tông 35

Tam Luận Tông 45

Hoa Nghiêm Tông 57

Thiên Thai Tông 67

Chân Ngôn Tông 75

Thiền Tông 81

Tịnh Độ Tông 93

Tổng Luận 111

Lời thưa

Trong kinh Pháp Cú, đức Phật dạy rằng: "Pháp thí thắng mọi thí." Thực hành Pháp thí là chia sẻ, truyền rộng lời Phật dạy đến với mọi người. Mỗi người Phật tử đều có thể tùy theo khả năng để thực hành Pháp thí bằng những cách thức như sau:

1. Cố gắng học hiểu và thực hành những lời Phật dạy. Tự mình học hiểu càng sâu rộng thì việc chia sẻ, bố thí Pháp càng có hiệu quả lớn lao hơn. Nên nhớ rằng **việc đọc sách còn quan trọng hơn cả việc mua sách.**

2. Phải trân quý kinh điển, sách vở in ấn lời Phật dạy. Khi có điều kiện thì mua, thỉnh về nhà để tự mình và người trong gia đình đều có điều kiện học hỏi làm theo. Không nên giữ làm của riêng mà phải sẵn lòng chia sẻ, truyền rộng, khuyến khích nhiều người khác cùng đọc và học theo. Không nên để kinh sách nằm yên đóng bụi trên kệ sách, vì **kinh sách không có người đọc thì không thể mang lại lợi ích.**

3. Tùy theo khả năng mà đóng góp tài vật, công sức để hỗ trợ cho những người làm công việc biên soạn, dịch thuật, in ấn, lưu hành kinh sách, **để ngày càng có thêm nhiều kinh sách quý được in ấn, lưu hành.**

Thông thường, việc chi tiêu một số tiền nhỏ không thể mang lại lợi ích lớn, nhưng nếu sử dụng vào việc giúp lưu hành kinh sách thì lợi ích sẽ lớn lao không thể suy lường. Đó là vì đã giúp cho nhiều người có thể hiểu và làm theo lời Phật dạy. Mong sao quý Phật tử khắp nơi đều lưu tâm đóng góp sức mình vào những việc như trên.

TINH YẾU THỰC HÀNH PHÁP THÍ

- *Mua thỉnh kinh sách về đọc, tự mình sẽ được rất nhiều lợi ích.*

- *Chia sẻ, truyền rộng bằng cách cho mượn, biếu tặng kinh sách đến nhiều người thì lợi ích ấy càng tăng thêm gấp nhiều lần.*

- *Đóng góp công sức, tài vật để hỗ trợ công việc biên soạn, dịch thuật, giảng giải, in ấn, lưu hành kinh sách thì công đức lớn lao không thể suy lường, vì có vô số người sẽ được lợi ích từ việc lưu hành kinh sách.*

www.ingramcontent.com/pod-product-compliance
Ingram Content Group UK Ltd.
Pitfield, Milton Keynes, MK11 3LW, UK
UKHW022224230426
12048UKWH00016BA/1054